**अभिप्राय**

जगण्यावरचा आपला विश्वास दृढ करणाऱ्या सकात्मक, हृदयस्पर्शी, प्रेरणादायी सत्यकथांचा हा संग्रह. माणसाच्या चांगुलपणावर विश्वास ठेवणाऱ्या वाचकाला समृद्ध करतील.

**दैनिक सकाळ, १६.१०.२०१६**

या कथासंग्रहातून आपल्या गोष्टी वाचकांसाठी घेऊन आलेले हे सगळे लेखक तरुण पिढीवरचा विश्वास दृढ करतात. त्यामुळेच यातील काही कथा वाचताना आपल्या अंगावर काटा उभा राहतो. एका कथेतील गुंड लक्षात रहातात तर एका कथेतील माकडंदेखील लक्षात रहातात. म्हणूनच हा कथासंग्रह वेगळा ठरतो.

**दिव्य मराठी, ३०.१०.२०१६**

प्रसिद्ध लेखिका सुधा मूर्ती यांच्या अनुभवसंपन्न संपादक दृष्टीतून निवडल्या गेलेल्या या सत्यकथा आहेत. प्रखर वास्तवात आशेचे किरण निर्माण करणाऱ्या या कथा सकारात्मक संदेश देतात.

**महाराष्ट्र टाइम्स, ४.१२.२०१६**

आपल्या
स्नेहीजनांना
पुस्तके
भेट द्या

# स्वर्गाच्या वाटेवर काहीतरी घडलं...

२० प्रेरणादायी सत्यकथा


संपादन

**सुधा मूर्ती**

अनुवाद

**लीना सोहोनी**



मेहता पब्लिशिंग हाऊस

Please contact us at **Mehta Publishing House Pvt. Ltd.,** Pune 411030.
✆ +91 020-24476924 / 24460313 / Mob. No. 9545000513
Email : production@mehtapublishinghouse.com
Website : www.mehtapublishinghouse.com

- *या पुस्तकातील लेखकाची मते, घटना, वर्णने ही त्या लेखकाची असून त्याच्याशी प्रकाशक सहमत असतीलच असे नाही.*

**SOMETHING HAPPENED ON THE WAY TO HEAVEN**
Edited by SUDHA MURTY
First Published by Penguin Books India 2014

Translated into Marathi Language by Leena Sohoni

**स्वर्गाच्या वाटेवर काहीतरी घडलं...** / अनुवादित सत्यकथा

अनुवाद : लीना सोहोनी
Email : author@mehtapublishinghouse.com

मराठी अनुवादाचे व प्रकाशनाचे हक्क : मेहता पब्लिशिंग हाऊस प्रा. लि., पुणे.

संस्थापक : सुनील अनिल मेहता

प्रकाशक : मेहता पब्लिशिंग हाऊस प्रा. लि.,
१९४१, सदाशिव पेठ, माडीवाले कॉलनी, पुणे - ३०.

मुद्रक : श्री मुद्रा

मुखपृष्ठ : चंद्रमोहन कुलकर्णी

प्रकाशनकाल : सप्टेंबर, २०१६ / जानेवारी, २०१७ / जानेवारी, २०१८ / मे, २०१९ / मार्च, २०२१ / ऑक्टोबर, २०२२ /
पुनर्मुद्रण : फेब्रुवारी, २०२४

किंमत : ₹ २००

P Book ISBN 9789386175021
E Book ISBN 9789386175229
E Books available on : amazonkindle Apple Books Google Play Books

# प्रस्तावना

माझं नवीन पुस्तक प्रकाशित होऊन नुकतंच बाजारात आलं होतं. त्यानंतर एक दिवस मी काम संपवून घरी निघाले असताना, माझ्या अनपेक्षितपणे घडलेल्या साहित्यप्रवासाविषयी मी विचार करत होते. विचार करता करता माझ्या असं लक्षात आलं, की हे इतकं सगळं लेखन माझ्या हातून झालं असलं तरी, यात माझ्या वैयक्तिक आयुष्याबद्दल मी काहीही लिहिलं नव्हतं. मी आजवर जे काही लिहिलं, ते मला भेटलेल्या लोकांविषयी, मी पाहिलेल्या ठिकाणांविषयी आणि ज्या काही लोकांच्या जीवनाचा हिस्सा बनण्याचं भाग्य मला लाभलं, त्या आगळ्यावेगळ्या लोकांच्या जीवनाविषयी. मला वाटलं, माझ्यावर ही केवढी मोठी कृपा झालेली आहे. आजवर ज्या लोकांनी मला त्यांच्या जगात सामावून घेतलं, त्यांच्या हृदयात स्थान दिलं, त्यांच्या आयुष्यातल्या अत्यंत खासगी गोष्टी मनमोकळेपणे माझ्यासमोर उघड केल्या, त्यांच्यासमोर आलेल्या अडचणी माझ्यासमोर मांडल्या, अशा सर्वांना मदत करण्याची संधी मिळाली, हे मी माझं भाग्य समजते. त्यांनी त्यांच्या कहाण्या माझ्याकडे सुपूर्त केल्या आणि त्यामुळे त्यांच्या कहाण्यांमधलं एक पात्र बनण्याची संधीसुद्धा मला मिळाली. कधीकधी तर एखाद्या कहाणीमधली सर्वांत महत्त्वाची भूमिकासुद्धा माझ्या वाट्याला आली. पण इतर वेळी मात्र मी कथेच्या ओघात आलेलं पात्र बनले; किंवा केवळ तटस्थ वृत्तीनं त्यांची कथा सांगणाऱ्या कथाकथनकाराचं मी काम केलं.

श्रुतकीर्ती खुराणा ही असामान्य बुद्धिमत्तेची आणि माझ्या खास विश्वासातली संपादक आहे आणि उदयन मिश्रा हे 'पेंग्विन'चे प्रकाशक आहेत. मी जेव्हा या दोघांशी या पुस्तकाविषयी चर्चा करायला बसले, तेव्हा मला या वेळी काहीतरी आगळंवेगळं करण्याची इच्छा असल्याचं मी त्यांना सांगितलं. गेली कित्येक वर्षं माझं लेखन हे एकदिशा मार्गासारखं बनलेलं आहे, कारण माझ्या लेखनातून फक्त मीच तुम्हा

वाचकांपर्यंत पोचू शकते. तुम्हाला माझ्याविषयी आपुलकी वाटते आणि तुमचे माझ्याशी खास अनुबंध जुळले आहेत, कारण तुमची आणि माझी नीतिमूल्यं समानच आहेत आणि मानवी मनाचे विविध पैलू निरखणं जसं मला आवडतं, तसंच तुम्हालाही आवडतं. या खेपेला मी तुम्हा सर्व वाचकांपर्यंत अधिक पूर्णत्वानं पोहोचलं पाहिजे, असं मला वाटत होतं. आयुष्यानं तुम्हा सर्वांनासुद्धा अनुभवसंपन्न बनवलेलं आहेच. तुमच्या या अनुभवाच्या भांडारातून मलासुद्धा खूप काही घेता येईल, शिकता येईल, असं मला वाटलं. त्यातूनच या कथास्पर्धेच्या कल्पनेनं जन्म घेतला. आम्ही आमच्या वाचकांना त्यांच्या आयुष्यात घडलेल्या प्रेरणादायी सत्यकथा लिहून आमच्याकडे पाठवण्याचं आवाहन केलं. आम्ही हे केलं, ते फारच चांगलं झालं. मला तर फारच समाधान मिळालं. आजवर कधीही न कथन केल्या गेलेल्या असंख्य कहाण्या आम्हाला मिळाल्या आणि त्या वाचून आमचं हृदय खरोखरच भरून गेलं.

या कथासंग्रहामधून आपापल्या गोष्टी तुमच्यासाठी घेऊन आलेले हे सगळे लेखक तुमचा तरुण पिढीवरचा विश्वास नक्कीच दृढ करतील. जे सत्य आहे, ते तसंच्या तसं कथन करण्यासाठी जे धाडस लागतं, ते त्यांनी केलं आहे. आग्नेया नावाची मुलगी तुमच्या काळजाला हात घालेल. खरंतर तिनं जे काही केलं, ते समाजाच्या नजरेतून सपशेल चुकीचं होतं. पण तरीसुद्धा तिनं ते का केलं, हे वाचल्यावर ही आग्नेया आपलीच मुलगी असायला हवी, असं तुमच्यापैकी प्रत्येकाला वाटेल.

आणखी एका मुलाची गोष्ट यात आहे. अल्झायमरसारख्या भयंकर आजाराच्या विळख्यात सापडून हिंसक बनलेल्या आपल्या आजोबांच्या पाठीशी हा मुलगा किती खंबीरपणे उभा राहिला आहे, हे यातून दिसतं. वादळामुळे झाडाची फळं रस्त्यावर पडल्यानंतर ती फळं गोळा करण्यासाठी धडपडणारी गरीब मुलंसुद्धा आयुष्याचा खूप मोठा धडा आपल्याला शिकवून जातात. आमच्याकडे आलेल्या सगळ्या गोष्टी आम्ही मनापासून वाचल्या. एकदा नव्हे, तर अनेकदा वाचल्या. त्यातून आमच्या असं लक्षात आलं की आपल्या आधीच्या पिढीतल्या वयस्कर माणसांनासुद्धा आयुष्यातील कठीण प्रसंगांना सामोरं जाण्याचं आणि आपल्या मुलांवर उत्तम संस्कार करण्याचं कौशल्य अवगत होतं. एका कथेतल्या वडिलांचा चश्मा सारखा हरवत

असतो, आणि तो त्यांना काही केल्या सापडत नसतो. एक खंबीर आणि करारी मुख्याध्यापिका एका दुष्प्रवृत्त माणसाला अक्षरशः शेपूट घालून निघून जाण्यास भाग पाडतात. आणि एका गूढ जोडप्याला एक लहान मुलगी आपले आजी-आजोबा म्हणून दत्तक घेते. एका मुलाला आपल्या वयोवृद्ध आणि विकलांग आजी-आजोबांमध्ये घडलेल्या एका लहानशा प्रसंगातून त्या दोघांच्या एकमेकांवर असलेल्या जिवापाड प्रेमाची प्रचीती येते. आणखी एका तरुणाला आपले अंथरुणाला खिळलेले आजोबा हे किती आदरणीय आहेत, याची एका प्रसंगातून अनुभूती येते.

मला वाटतं, यांतल्या काही कथा वाचताना तुमच्या अंगावर नक्कीच काटा येईल. या कथासंग्रहात एका तरुण मुलीचं काळोख्या भिजट पावसाळी रात्री काही 'गुंड' कसे रक्षण करतात, ही कथा वाचताना माझ्या अंगावरसुद्धा असाच काटा आला होता. एक प्लॅस्टिक सर्जरी करणाऱ्या निष्णात सर्जननं स्वार्थाचा विचारही न करता एका रुग्णाची सर्जरी करण्यास नकार देऊन त्याला परत पाठवलं, कारण त्या डॉक्टराच्या मते ती शस्त्रक्रिया अनावश्यक होती. ही कथासुद्धा तुम्हाला बरंच काही शिकवून जाते. याचप्रमाणे आज वयोवृद्ध असलेला एक माणूस कित्येक दशकांपूर्वी जेव्हा एक लहान शाळकरी मुलगा होता, तेव्हा त्यानं शर्थीचे प्रयत्न करून एका माकडाच्या पिल्लाचा जीव कसा वाचवला होता, त्याची गोष्टसुद्धा अशीच स्तिमित करणारी आहे.

त्याचप्रमाणे माकडिया जमातीतील एक मुलगी एका महाभयंकर संकटातून स्वतःची सुटका करून घेऊन जिद्दीनं शिकून कशी मोठी होते, हे तुम्हाला वाचायला मिळेल. यात आणखी एक सुंदर मुलगी तुम्हाला भेटेल. एका क्रूरकर्म्यानं तिच्यावर ॲसिड फेकून तिचा सुंदर चेहरा विद्रूप केला आणि त्यामुळे जे यातनामय जिणं तिच्या नशिबाला आलं, त्याचीही अंगावर काटा आणणारी कहाणी यात आहे. एका जीवघेण्या आगीच्या अपघातातून एक तरुण आई कशी वाचते, ती कथाही यात आहे. त्याचप्रमाणे चोरीच्या उद्देशानं चालत्या ट्रेनमध्ये जेव्हा एका तरुणीवर हल्ला होतो, तेव्हा तिनं दाखवलेलं अतुलनीय धैर्य आपलं मन थक्क करून जातं. आजच्या स्त्रियांना अनुकंपा, दया किंवा दानधर्म म्हणून केलेली मदत नको आहे. संपूर्ण समाजातील लोकांच्या मनोवृत्तीतच बदल घडून यावा अशी त्यांची अपेक्षा आहे. देशामध्ये जे

कायदेकानू बनवण्यात आले आहेत, ते केवळ पुस्तकात न राहता त्यांची काटेकोर अंमलबजावणी व्हावी, अशी त्यांची इच्छा आहे. कारण मुळात हे कायदे न्याय्य आणि योग्य असेच आहेत. फक्त समाजमनात असा बदल घडवून आणणं, हेसुद्धा समाजातील स्त्री वर्गाच्याच हाती आहे, याची अजून खुद्द स्त्रियांनाच जाणीव झालेली नाही.

असं म्हणतात की, सत्य हे कल्पितापेक्षाही विचित्र असतं. कारण कल्पित हे आपल्या कल्पनेतून जन्माला येतं आणि शेवटी आपल्या कल्पनेला मर्यादा असतातच. पण वास्तव आयुष्यात मात्र आपण कुठं जाऊ, आपल्याला कोणते अनुभव येतील आणि ते अनुभव आपल्याला नक्की कुठं घेऊन जातील, हे तर काहीच सांगता येत नाही; खरं ना? फाळणीच्या काळात एका कुटुंबानं अत्यंत दुःस्वप्नासारख्या भासणाऱ्या परिस्थितीतून कशी सुटका करून घेतली, एका मोलकरणीनं आपल्या मुलीला शिकवून मोठं करण्यासाठी किती जिवापाड कष्ट केले, 'आपण सत्कृत्य केलं तर त्याचं फळ आपल्याला मिळाल्यावाचून राहत नाही' हे तत्त्व शिरोधार्य मानून एक व्यक्ती कशी जगली- या व अशा इतर अनेक कथा वाचताना अनेकदा माझ्या डोळ्यांत पाणी तरारलं. माझे ते अश्रू कधी आनंदाचे, तर कधी दुःखाचे होते.

वर्षं सरत चालली आहेत. माझंही वय वाढत चाललं आहे. कधीकधी माणसाच्या माणुसकीवर विश्वास ठेवणं मला कठीण जातं. पण आमच्याकडे आलेल्या हजारो कथांमधून आम्ही ज्या निवडक कथा तुमच्यासाठी घेऊन आलो आहोत, त्या वाचल्यानंतर मात्र एका गोष्टीची खात्री पटते- जगात चांगलं आणि वाईट असं दोन्हीही अस्तित्वात असलं, तरीही अजूनसुद्धा वाइटापेक्षा चांगलंच जगात जास्त आहे, द्वेषापेक्षा प्रेम अधिक आहे, हे या कथांमधून सिद्ध होतं. या कथांनी मला जेवढा आनंद दिला, तेवढाच आनंद तुम्हालाही त्या वाचून मिळेल, अशी मी आशा करते. त्या कथा मला जशा प्रेरणादायी वाटल्या, तशाच त्या तुम्हालासुद्धा वाटोत, एवढीच माझी सदिच्छा आहे.

**– सुधा मूर्ती**

## अनुक्रमणिका

# स्वीकार

सकाळी सातची वेळ होती. मैलपूर भागात एका इमारतीच्या सातव्या मजल्यावर असलेल्या खिडकीतून श्रीनिवासन कुटुंबीयांच्या घरात जानेवारी महिन्यातला सूर्य आत शिरून सर्वांना भाजून काढत होता. चेन्नईमध्ये तीनच ऋतू असतात- उन्हाळा, जास्त उन्हाळा आणि खूपच जास्त उन्हाळा! देशाच्या इतर भागांत जानेवारी महिन्यात जरी हिवाळा असला तरी चेन्नईमध्ये मात्र उकाडाच होता.

त्या जोडीला घरातलं तापमानाही चढत चाललं होतं. वातावरण चांगलंच तप्त झालं होतं. अशोक श्रीनिवासन यांची आई पोंगलच्या सणाचा मुहूर्त साधून त्यांच्याकडे आली आणि तेव्हाच या घटनाशृंखलेची सुरुवात झाली. पोंगल म्हणजे नववर्षाची सुरुवात. धनधान्य वृद्धीसाठी लोक या दिवशी ईश्वराची प्रार्थना करतात. सावित्रीनं आपल्या मुलासाठी आणि त्याच्या तीन वर्षांच्या मुलासाठी, म्हणजे तिचा नातू विजय याच्यासाठी तिखट, खमंग चुरचुरीत पदार्थ आणि मेवा-मिठाई असा भरपूर खाऊ आणला होता. सावित्रीचं आणि तिची सून रमा हिचं तसं विळ्याभोपळ्याचंच सख्य होतं, असं म्हटलं तरी चालेल. रमा दिल्लीत लहानाची मोठी झाली होती. तिच्या आधुनिक राहण्याची, वागण्याची सावित्री खूप निंदा करत असे. सावित्रीचा नवरा वेलू हा हे जग सोडून जाईपर्यंत रोजच ती त्याच्यापाशी आपल्या सुनेच्या चहाड्या करायची. पतीच्या निधनानंतर सावित्री एकाकी झाली. आपल्यापासून दूर जात असलेल्या आपल्या मुलाच्या विश्वात प्रवेश मिळवण्यासाठी ती धडपड करू लागली. आधीच त्याचं लग्न झाल्यावर तो थोडाफार दुरावला होताच. त्यात त्याच्या

मुलाच्या जन्मानंतर त्यांच्या नात्यात आणखी थोडा दुरावा आला होता.

आज घरातलं वातावरण तप्त होण्यासाठी आणखी एक कारण घडलं होतं. घरच्या कामवालीनं नेमकी सणाच्या दिवसांतच एक आठवड्याच्या सुट्टीची मागणी केली होती. ही मागणी तिनं गेल्या आठवड्यातच केली होती. पण तिला तशी रजा देण्याचं घरच्यांनी नाकारल्यामुळे ती आज काम सोडून गेली होती. आता छोट्या विजयला सांभाळायला कुणीच नव्हतं. कोणत्याही परिस्थितीत हे काम आपल्या सासूबाईंच्या- म्हणजे सावित्रीच्या गळ्यात बांधून त्यांचा गैरफायदा घ्यायचा नाही, हे रमानं पक्कं ठरवलं होतं. शिवाय कामवालीचा प्रश्न हा कायमस्वरूपी धसास लावण्याची गरज होती.

घरच्या या अडचणीवर तोडगा काढण्यासाठी रमानं स्वतःच्या ऑफिसात काही दिवस रजा मागितली, तर तीही मंजूर झाली नव्हती.

बैठकीच्या खोलीत रमाचा पती अशोक रोजच्यासारखा वर्तमानपत्रात डोकं खुपसून बसला होता. शहरातल्या घडामोडी चवीनं वाचून काढत होता. 'द हिंदू' वृत्तपत्रात एक लेख छापून आला होता. तृतीयपंथी लोकांना समाजात सन्मानपूर्वक वागणूक मिळावी, त्यांचा स्वीकार व्हावा आणि त्यांना सर्वत्र संधीची समानता मिळावी, असा त्या लेखाचा विषय होता.

अचानक रमा तोंडातल्या तोंडात चिडून काहीतरी पुटपुटली आणि अशोकच्या शेजारच्या टेबलावर कॉफीचा कप आदळून निघून गेली. ती भडकली असल्याचं लक्षात येताच अशोकनं तिचा राग शांत करण्याचा प्रयत्न केला, "रमा, तू आधी शांत हो बघू. आपण काहीतरी मार्ग काढू यातून," तो म्हणाला. हातातलं वर्तमानपत्र बाजूला ठेवून त्यानं कॉफीचा कप उचलण्यासाठी हात लांब केला.

रमा पाठ फिरवून जायला निघालीच होती, पण ती थांबली. त्याच्याकडे वळून कमरेवर हात ठेवून उभी राहून ती रागानं बघू लागली. सकाळपासून काम करून ती थकली होती. तिच्या कपाळावरून घामाच्या धारा वाहत होत्या.

तमिळनाडूमध्ये पोंगल सणाच्या दिवसांत बैलांना वठणीवर आणण्याची एक स्पर्धा भरवण्यात येते. परंतु स्पेनप्रमाणे इकडे त्या बैलांना कुणी मारून टाकत नाही, तसंच स्पर्धेत भाग घेणाऱ्या माणसाच्या हातात

शस्त्रसुद्धा नसतं. या स्पर्धेसाठी जे वळू निवडण्यात येतात, ते खास 'पुलीकुलम्' जातीचे असतात. स्पर्धेच्या आधी त्यांना कुणीही मुद्दाम घाबरवत नाही, किंवा त्यांची खोडीसुद्धा काढत नाही. पण हे वळू जन्मतःच आक्रमक वृत्तीचे असतात. त्यांना वठणीवर आणण्याच्या इर्षेनं स्पर्धेत उतरलेल्या स्पर्धकांचा असा पवित्रा असतो, की एकतर या बैलाला वठणीवर तरी आणून दाखवीन, नाहीतर जीव वाचवून पळ तरी काढीन. अशोकनं आत्ता रमाच्या नजरेला नजर देऊन पाहिलं, तेव्हा त्याचा पवित्रासुद्धा नेमका अगदी असाच होता.

"पण कसा? कसा मार्ग काढणार आपण? तुम्हाला तर घरात काय चाललंय यापेक्षा देशाच्या भवितव्याची जास्त चिंता लागलेली असते ना?" तिनं प्रश्न विचारला.

"आपण आधी एका एजन्सीशी संपर्क साधला होता ना...?" अशोक कसंनुसं हसत म्हणाला.

"हो, होता ना. पण त्यांनी गेल्या तीन महिन्यांत अडीच बायका पाठवल्या!"

"अडीच? म्हणजे दोन आणि अर्धी बाई?" त्यानं विचारलं. या अशा तऱ्हेनं वादविवाद चालू असताना उगीच काहीतरी बोलण्यापेक्षा गप्प राहिलेलं श्रेयस्कर असतं, हे तो विसरला होता.

"तुम्हाला काही म्हणजे काहीच आठवत नाही का?" रमा कडाडली, "अहो, त्यांनी अक्षरशः विजयच्या वयाच्या कुणालातरी पाठवलं होतं."

सावित्री व्हरांड्यात रांगोळी घालत बसली होती. या दोघांचे आवाज चढलेले पाहून ती आत आली. तिचा पदर धरून पाठोपाठ विजयसुद्धा आला, "काय झालं अशोक?" घराचं दार लावून घेत पदराला हात पुसत ती म्हणाली.

रमानं आपल्या सासूबाईंकडे खाऊ की गिळू, अशा नजरेनं पाहिलं. सावित्रीनंही तिच्या नजरेला नजर दिली. दोघी एकमेकींकडे आव्हानात्मक नजरेनं पाहू लागल्या.

विजय सकाळपासून सावित्रीच्या मागे होता. ती रांगोळी काढत असतानासुद्धा तो उकिडवा होऊन ती रांगोळी निरखून बघत बसला होता. पण आता मात्र आपल्या आई-वडिलांचं आपल्याकडे काहीच लक्ष नसल्याचं पाहून तो हातातला खडू चोखत नुसता उभा राहिला.

जेव्हा योद्ध्यांची लढाई चालू असते तेव्हा बिचाऱ्या प्याद्याचा हकनाक बळी जातो. आत्ताही तेच घडलं. आपला मुलगा खडूचा भलामोठा तुकडा चघळत असल्याचं पाहून रमा रागानं म्हणाली, "विजय!" त्याबरोबर घाबरून त्यानं तोंडातला खडू बाहेर काढला आणि तोच खडू तो हातातल्या हातात झेलू लागला.

हा सगळा गोंधळ चालू असतानाच दरवाजाची घंटी वाजली. साधारणपणे रोज सकाळी घरातल्या सगळ्यांची कामावर जाण्याची इतकी गडबड चालू असायची की, अशी या वेळी जर घंटी वाजली, तर सगळ्यांच्याच कपाळावर नाराजीची आठी उमटायची. पण आत्ता मात्र घंटेचा आवाज ऐकताच भांडणारी मंडळी शांत झाली. विजयनं त्याचा खेळ थांबवला. रमा आणि सावित्री पण आपापली नखं आत ओढून घेऊन शांत झाल्या. द्वंद्वयुद्ध चालू असताना घंटीचा आवाज ऐकून हरत असलेल्या खेळाडूच्या चेहऱ्यावर जे भाव पसरतात, तसेच भाव अशोकच्या चेहऱ्यावर पसरले.

रमानं दार उघडलं आणि ती घाबरून एक पाऊल मागे सरकली. एक बलदंड स्त्री दारात उभी होती. तिनं अंगात एक साडी कशीबशी गुंडाळली होती. ती उंचीनं चांगलीच सहा फुटांच्या आसपास होती आणि तिचे दंडसुद्धा पिळदार दिसत होते. रमानं तिच्याकडे नीट निरखून पाहताच तिला धक्काच बसला. अशा तऱ्हेचे दिसणारे तृतीयपंथी लोक रस्त्यावरून टोळ्यांनी हिंडताना तिनं पाहिले होते. या टोळ्या रस्त्यात सिग्नलपाशी गाड्या अडवून लोकांकडे पैसे मागायच्या. 'आजकाल हे लोक खुशाल दिवसाढवळ्या लोकांची दारं ठोठावत हिंडू लागले आहेत की काय?' तिच्या मनात आलं.

पण चेहऱ्यावर वैताग न दाखवता तिनं सावधगिरी बाळगून दार अगदी थोडंसंच उघडलं आणि जरा ताठ्यातच विचारलं, "काय हवंय?"

ती स्त्री पुरुषी आवाजात; पण अदबीनं म्हणाली, "तुमच्या कामात व्यत्यय आणते आहे, त्याबद्दल माफ करा मॅडम, पण मी असं ऐकलं की तुम्हाला कामाला बाई हवी आहे. हो ना?"

ही तृतीयपंथी मंडळी रस्त्यात कधीतरी गाडी अडवून, हातांनी जोरजोरात टाळ्या वाजवून, आरडाओरडा करत पैशांची मागणी कशी करतात याची रमाला आठवण झाली. या स्त्रीचं अदबीनं बोलणं पाहून

ती एकदम भांबावली.

"आम्हाला... अं... आम्हाला..." ती चाचरत म्हणाली.

पण मागून आलेल्या कर्कश आवाजामुळे तिचं वाक्य अर्धवटच राहिलं. दारात कोण आलं आहे ते बघण्यासाठी सावित्री उत्सुकतेनं रमाच्या पाठीशी येऊन उभी राहिली होती. "आधी दार बंद कर! आधी दार बंद कर!" ती कर्कश स्वरात खेकसत म्हणाली.

"तुम्ही जरा इथं थांबा हं," असं त्या बाईला सांगत रमानं कसंबसं दार लावून घेतलं.

सावित्री घाईघाईनं अशोककडे जात तारस्वरात म्हणाली, "अरे दारात बाईचा वेष केलेला एक पुरुष उभा आहे. तो आपल्याला लुबाडायलाच आलेला दिसतोय. आता आपण काय करायचं? पोलिसांना बोलवू या का?"

आता मात्र अशोक वैतागून उठून उभा राहिला. आज काही वर्तमानपत्र पुरतं वाचून होणं शक्यच नाही, हे त्यानं ताडलं. घरात भांडकुदळ बायको आणि तारस्वरात किंचाळणारी आई असताना माणसानं निवांत बसून वर्तमानपत्र वाचायचं तरी कसं?

त्यात भरीत भर म्हणून विजयनं जोरजोरात आरडाओरडा करत, पळापळ करून चेंडूची फेकाफेकी करायला सुरुवात केली. मध्येच येऊन तो रमाच्या गळ्यात पडत होता.

रमानं खाली वाकून विजयला शांत करण्याचा प्रयत्न केला. आपल्या मुलाला जवळ घेत ती हळू आवाजात अशोकला म्हणाली, "जरा विचित्रच गोष्ट आहे. आपल्या दारात एक तृतीयपंथी आला आहे. घरकामासाठी बाई हवी आहे का, असं विचारतोय."

"काय सांगतेस? खरंच का? नाहीतर असं असेल की दुसरंच काहीतरी..." असं म्हणता म्हणता अशोक थांबून उद्गारला, "एक मिनिट... पण आपल्या रखवालदारानं त्या प्राण्याला आत कसं काय सोडलं?"

त्याच्या तोंडचा 'प्राण्या'ला हा शब्द ऐकून रमाला कसंसंच झालं. पण ती अशोकला त्यावरून काही बोलणार इतक्यात सावित्री त्या दोघांच्या मध्ये येऊन उभी राहिली. "काय दारात हिजडा उभा आहे?" ती म्हणाली.

अशोकनं हताशपणे रमाकडे पाहिलं. 'या नाजूक परिस्थितीतून आता तूच माझी सुटका कर' असे भाव त्याच्या चेहऱ्यावर होते.

"अम्मा, अगं तो माणूस तृतीयपंथी आहे. देवाचं लेकरू आहे ते," आपल्या आईला तमीळमध्ये समजावत अशोक म्हणाला.

"अय्यो, शिवा... " सावित्री देवाचं नाव घेत पुटपुटली. तिनं डोळे मिटून हात जोडून ईश्वराची करुणा भाकली. या अभद्र सावटापासून आपल्या कुटुंबाला जपण्याची तिनं देवाला आळवणी केली.

"आता आपण काय करायचं?" रमानं आपल्या पतीला विचारलं.

"त्याला थोडे पैसे दे आणि निघून जायला सांग," अशोक म्हणाला. मग जरा तक्रारीच्या सुरात म्हणाला, "आणि हो, तुझ्या जुन्या साड्यांपैकी एखादी देऊन तिची बोळवण कर. नाहीतरी सणासुदीचे दिवस आहेतच."

त्यानं सुचवलेल्या तोडग्यामुळे रमाला मनातून हायसं वाटून ती आतल्या खोलीकडे वळली. काही क्षणातच एक जुनी साडी आणि थोडे पैसे घेऊन ती बाहेर आली आणि तडक दरवाजाकडे गेली.

दारात बैठक मारून बसलेली ती बाई रमाला पाहताच घाईघाईनं उठली. तिनं साडी झटकून सारखी केली. ती रमापेक्षा चांगली फूटभर उंच होती.

"अहो, सॉरी. आम्हाला कामवाली नको आहे. पण हे घ्या तुम्ही," असं म्हणून रमानं ते पैसे आणि साडी त्या बाईला देण्यासाठी हात पुढे केला. तिला मनातून कसंसंच होत होतं.

त्या तृतीयपंथी व्यक्तीनं रमाच्या हातातल्या पैशांकडे आणि साडीकडे नुसतं एकटक पाहिलं, पण ते घेण्यासाठी हात पुढे केला नाही. ती याचनेच्या स्वरात म्हणाली, "अम्मा, तुम्ही कुणाला कामावर ठेवलंय का? रखवालदार म्हणाला, 'तुम्हाला अजून कामाला कुणी बाई मिळालेली नाही.' पण तरीही तो मला आत सोडायला तयारच नव्हता. त्यानं मला आत सोडावं म्हणून मी आधी खूप विनवण्या केल्या; पण तो ऐकेना. मग मात्र मी त्याला धमकावलं आणि बळजबरी करून आत आले. खरंतर मी असं वागले, त्याबद्दल तुम्ही मला माफ करा हं. प्रत्येकाच्या नजरेत नेहमी आमच्यासारख्यांबद्दल घृणा, तिरस्कार, संताप असेच भाव दिसतात. त्यामुळे मग आम्हालाही राग येतो हो," ती हळुवार

स्वरात म्हणाली.

रमा जराशी वरमली. ती हळुवार स्वरात म्हणाली, ''सॉरी हं. पण तुमचं नाव काय?''

तो तृतीयपंथी हसला. पान खाऊन लालभडक झालेले दात दाखवत तो रमाला म्हणाला, ''थँक यू अम्मा, आज बऱ्याच दिवसांनी कुणीतरी मला माझं नाव विचारलंय हो. माझं नाव संतोषी. पण मला सांगा, तुम्ही हे काम कुणाला दिलंय का?''

आता मात्र रमाला खोटं बोलणं जड गेलं. ती कशीबशी म्हणाली, ''नाही, अजून मी कुणाला ठेवलेलं नाही, पण...''

''अम्मा,'' संतोषी तिला मध्येच थांबवत म्हणाला, ''मला तुमच्या डोळ्यांत आत्ता काय दिसतंय सांगू? माझ्याविषयी दया. तुम्ही कीव करताय ना माझी? पण खरं सांगू, आजकाल आमच्यासारख्यांबद्दल कुणाला सहानुभूती नाही वाटत. अम्मा, आमच्यापेक्षा सुदैवी असणाऱ्यांनी जर अशीच सतत आमची घृणा केली, तिरस्कार केला किंवा कीव केली तर आम्ही समाजात राहूनही ग्रहण लागल्यासारख्या स्थितीतच जगू. आम्ही भीक मागत राहू, लोकांना धाकदपटशा दाखवू आणि विकृत मनोवृत्तीच्या पुरुषांचं मनोरंजन करून पोटाची खळगी भरण्यासाठी पैसे मिळवू. पण अम्मा, खरंतर तुमच्यासारख्या लोकांकडून आम्हाला मदतीचा हात हवाय.''

''ही बाई म्हणजे चेटकीण आहे. ती नक्की जादूटोणा करत असेल. गोड गोड बोलून ती तुम्हा दोघांना भुरळ घालण्याचा प्रयत्न करते आहे. रमा, तू सावध राहा हं!'' सावित्री आपल्या सुनेच्या कानात कुजबुजली.

''नाही, नाही, पाटी,'' संतोषी सावित्रीकडे बघत तिला तमीळमध्ये 'आजी' असं संबोधून म्हणाला, ''मी काही चेटकीण वगैरे नाही. मी एका गरीब घराण्यात मुलगा म्हणून जन्माला आले. मी दोन वर्षांची असताना माझे वडील दारूच्या नशेत मारामारी करताना वारले.'' त्यानंतर विस्फारित डोळ्यांनी तिच्याकडे बघत उभ्या असलेल्या विजयकडे बोट दाखवून ती पुढे म्हणाली, ''काही गुंडांनी मला पळवून नेऊन नपुंसक बनवलं आणि जबरदस्तीनं भीक मागायला लावली.'' त्या जुन्या आठवणींना उजाळा देत असताना तिच्या डोळ्यांतली वेदना स्पष्ट दिसत होती. ''त्यानंतर मी 'संतोषी' झाले,'' ती एवढंच बोलून

अचानक गप्प होऊन गेली.

"तुम्ही कुठं राहता?" रमा म्हणाली. आपल्या हातात घट्ट पकडलेल्या जुन्या साडीची आणि पैशांची तिला लाज वाटली.

"कोट्टापुरम् ब्रिजच्या खाली असलेल्या झोपडपट्टीत," ती म्हणाली, "तिथं असलेल्या गरीब मुलांच्या नशिबी आमच्या वाट्याला आलं तसं दुर्दैव येऊ नये यासाठी आमच्यातले काही जण प्रयत्न करत आहोत. अशा अनाथ मुलांना आम्ही आधार देतो, त्यांना अन्न, पाणी, निवारा देतो आणि त्यांची काळजी घेतो; पण ही गोष्ट कायमस्वरूपी करायची, तर त्यासाठी पैसा पाहिजे. सोयीसुविधा पाहिजेत. आणि तेच तर नेमकं आमच्याकडे नाही. आम्हाला त्यासाठी नियमित उत्पन्न हवं. भीक मागून मिळालेला पैसा पुरत नाही. आम्हाला मदत करा ना, अम्मा," असं म्हणून संतोषीनं रमापुढे हात जोडले.

मग ती सावित्रीकडे वळून म्हणाली, "आजी, तुम्हीच सांगा ना, एकीकडे बाळाचा जन्म झाल्यावर तुम्ही लोक त्याला आशीर्वाद देण्यासाठी आम्हाला बोलावून घेता; पण दुसरीकडे आम्हाला समाजापासून दूर, असं वाळीत टाकण्यात येतं. तेही आमचा काहीच दोष नसताना. हा कुठला न्याय आहे? किती लांच्छनास्पद आहे हे!"

"पुरे पुरे!" सावित्री खेकसली. रमाचा हात धरून तिला ओढत ती घरात घेऊन गेली. "तुला काय वेड लागलंय का? इथं घरात इतकं काम पडलंय, आणि तू त्या... 'त्याच्या'शी काय बोलत उभी आहेस? आपल्याला अजून पूजेची तयारी करायची आहे. अशोक, तूच आता हिला समजावून सांग रे बाबा..."

रमाच्या अंगातलं जणूकाही त्राणचं गेलं होतं. तिनं अलगद सावित्रीच्या हातातून आपला हात सोडवून घेतला आणि ती आपल्या पतीकडे पाहत अजिजीच्या स्वरात म्हणाली, "आपण हिला एक संधी देऊन पाहायला काय हरकत आहे, अशोक?"

"रमा, अगं थोडातरी व्यावहारिक विचार कर ना. जरा बुद्धीनं विचार कर. भावनेच्या आहारी जाऊ नको," अशोक म्हणाला. "अगं, आपल्या तीन वर्षांच्या मुलाला आपण या हिच्या... याच्या ताब्यात देऊन जायचं? त्याचा काय हेतू आहे, हेही आपल्याला ठाऊक नाही. लहान मुलांना खंडणीसाठी पळवून नेण्यात आल्याच्या किंवा त्याहूनही

वाईट घटनांच्या कितीतरी बातम्या आपण वाचतो. शिवाय असं केल्यामुळे आपली समाजात छी-थू होईल, ते वेगळंच. ह्या... ह्याला कामावर ठेवण्याचं कारण आपण मित्रमंडळींना, नातेवाइकांना कसं काय समजावून सांगायचं? मला तरी हे काही पटत नाही,'' अशोक घाईघाईनं म्हणाला.

''अशोक हिचा उल्लेख 'ते' असा करू नका ना. आणि हो, अगदी सर्वसाधारण कामवाल्यासुद्धा गुन्हे करत नाहीत का? मग हिला कामावर ठेवून आपल्याला काय फरक पडणार आहे? आणि आपली मित्रमंडळी, नातेवाईक किंवा समाज या सगळ्यांचा यात संबंध येतोच कुठं? उलट आपण सुशिक्षित माणसांनीच जर या बाबतीत पुढाकार घेऊन या लोकांना आपल्या समाजाच्या मुख्य प्रवाहात सामावून घेतलं नाही, तर मग इतर कुणी कसे काय घेतील? शिवाय माझा पण आता अगदीच नाइलाज आहे. मला जर असं घरी बसावं लागलं, तर माझी नोकरी जाईल. तुम्हालाही रजा घेणं शक्य नाही. आता विजय तिच्याकडे राहील की नाही, हे अजून आपल्याला माहिती नाही,'' रमा म्हणाली आणि अचानक तिनं इकडेतिकडे पाहिलं. मग ती घाबरून म्हणाली, ''पण विजय कुठे आहे?''

सगळ्यांनीच मुख्य दरवाजाच्या दिशेनं पाहिलं, दार जरासं उघडं होतं, हलत होतं आणि विजयचा कुठंच पत्ता नव्हता.

''विजय, विजय,'' अशा मोठ्यांदा हाका मारत रमा दरवाजातून बाहेर पळाली.

दरवाजाबाहेर व्हरांड्यातही कुणीच नव्हतं. विजयही नव्हता आणि संतोषीही नव्हती.

सावित्री तर मोठ्यांदा विव्हळल्यासारखा आवाज काढून रडत व्हरांड्यातच मटकन खाली बसली, ''अरे देवा... अगं रमा, मी तुला सांगितलं होतं ना? तरी पण तू...''

पण रमाला यातलं काहीही ऐकू आलं नाही. ती खिळल्यासारखी दारात नुसती उभी होती.

अशोक घाईघाईनं टेबलावरचा मोबाइल फोन आणि घराच्या किल्ल्या घेऊन बाहेर पडला. जाण्यापूर्वी तो ओरडून आपल्या आईला म्हणाला, ''आई, तू इथं फोनपाशीच बसून राहा आणि घराची घंटा वाजलीच तर दार

उघडण्याआधी आतून साखळी नीट लावून मगच उघड.'' त्यानंतर त्यानं रमाला गदागदा हलवून भानावर आणलं. ''रमा, हे बघ तू लिफ्टनं खाली जा. मी जिन्यानं जातो,'' एवढं बोलून तो जिन्याकडे धावला आणि एका वेळी दोन-दोन पायऱ्या उतरत तळमजल्याकडे निघाला.

रमा थरथरत लिफ्टमध्ये शिरली. सात मजले उतरून खाली जाण्याचा तो प्रवास संपतच नव्हता. तिचा जीव जणू तिच्या घशात गोळा झाला होता. लिफ्ट थांबल्यावर दार उघडून लटपटत्या पावलांनी ती बाहेर आली. काही क्षणानंतर अशोकही तिथं येऊन पोहोचला. तो धापा टाकत होता. रमाचा हात घट्ट पकडून तिला बरोबर घेऊन तो इमारतीबाहेर पडला.

त्याला ज्या गोष्टीची भीती वाटत होती, तसंच घडलं होतं. बाहेरच्या बाजूलाही कुणी नव्हतं आणि मुलांच्या खेळण्याच्या जागेवरही सामसूम होती. वाऱ्यानं एक रिकामा झोका मागेपुढे हलत होता. मुख्य फाटकापाशीही कुणीच नव्हतं.

''सगळे रखवालदार कुठे गेले?'' अशोक चिडून पुटपुटला. ''वॉचमन, वॉचमन,'' त्यानं जोरजोरात हाका मारल्या. रमा आणि तो पळतच सोसायटीच्या मुख्य प्रवेशद्वारापाशी गेले. अखेर त्याला बहादूर गुरखा तिथं दिसला. तो जोरात म्हणाला, ''बहादूर, तू विजयला पाहिलंस का? जरा वेळापूर्वी तुला दमदाटी करून एक 'बाई' आत शिरली होती ना? ती विजयला घेऊन जाताना दिसली का?''

''नाही साहेब,'' गुरखा म्हणाला.

''चल, आपण दुसऱ्या गेटकडे जाऊ,'' असं म्हणून धावतच अशोक अपार्टमेंट ब्लॉकच्या मागच्या बाजूकडे जायला निघाला.

रमा पण त्याच्या मागे पळू लागली. पण तिच्या हातापायातलं त्राणच गेलं. इतक्यात इमारतीच्या मुख्य प्रवेशद्वारापाशी तिला थोडी हालचाल जाणवली. ती मोठ्यांदा ओरडली, ''अशोक, इकडे या.''

इमारतीच्या दारापाशी जिन्याच्या पायरीवर संतोषी बसली होती. तिच्या मांडीवर विजय होता. तिनं त्याला प्रेमानं छातीशी घट्ट धरलं होतं. रमा आणि अशोक यांना पाहताच ती उठून उभी राहिली.

''तुझी हिंमत कशी झाली?'' असं म्हणत रमानं विजयला तिच्याकडून काढून घेण्याचा प्रयत्न केला. पण आश्चर्याची गोष्ट अशी, की तो मात्र दोन्ही हातांनी संतोषीला घट्ट मिठी मारून बसला होता. तो तिला

सोडायला तयार नव्हता.

संतोषीनं जे काही घडलं ते स्पष्ट करून सांगितलं, "अम्मा, मगाशी मी तुमच्या दारात वाट बघत बसले होते ना, तर हे बाळ घरातून धावत बाहेर आलं आणि थेट लिफ्टमध्ये शिरलं. मी उठून पळत तिकडे जाऊन पोहोचायच्या आतच लिफ्टची दारं बंद होऊन लिफ्ट खाली गेली. मग मी जिन्यानं पळत खाली गेले आणि बाळ लिफ्टमधून बाहेर पडताक्षणी त्याला जवळ घेतलं. मग मी तशीच वर तुमच्या घरी गेले. मी घंटी वाजवली, पण आजी दारच उघडायला तयार नव्हत्या. सॉरी अम्मा!"

अशोकच्या लक्षात आलं, की नेमकी रमा लिफ्टनं आणि तो स्वतः जिना उतरून खाली येत असतानाच दुसऱ्या लिफ्टनं विजय आणि संतोषी वर गेले असणार. पण तरीही या सगळ्या घटनाक्रमाचा ताळमेळ नीट जुळत नव्हता. कुठंतरी काहीतरी गडबड होती, एवढं नक्की.

"पण तसं जर होतं, तर तू मुळात जिना उतरून का गेलीस? तुला दुसरी लिफ्ट घेऊन खाली जाता येत होतं ना?" अशोक संशयानं म्हणाला.

संतोषीनं थक्क होऊन त्याच्याकडे पाहिलं. त्यानं आपल्यावर संशय घ्यावा याचं तिला आश्चर्य वाटलं. "सर, तुमचं बाळ मधल्याच कुठल्यातरी मजल्यावर उतरून जाईल आणि जिन्यावरून खाली पडेल, अशी मला भीती वाटली. काय बरोबर, काय चूक, असा विचार माझ्या मनात नाही आला. नशिबानं ती लिफ्ट कुठल्याही मजल्यावर न थांबता थेट खालीच आली."

अशोकला ते ऐकून स्वतःचीच लाज वाटली. रमाकडे पाहून कसंनुसं हसत तो म्हणाला, "रमा, तुला घरकामाला उत्तम बाई सापडली आहे!" मग तो पुढे म्हणाला, "चला, आता आपण सगळेच वर जाऊ यात. घरी डोंगराएवढं काम पडलंय!"

रमा संतोषीकडे वळून म्हणाली, "तुमचे आभार मानायला माझ्याकडे शब्द नाहीत. तुम्ही आमच्याबरोबर वर चला. आपण तुमच्या कामाचं स्वरूप, पगार यांबद्दल बोलू."

संतोषी तिच्या कडेवर बसलेल्या विजयच्या कानात हळूच काहीतरी

कुजबुजली. त्यानं हसून मान डोलावत रमाकडे पाहून दोन्ही हात पसरले. रमानं संतोषीकडून त्याला घेतलं. साश्रू नयनांनी त्याला घट्ट जवळ घेऊन ती थांबली.

नंतर सगळे लिफ्टकडे निघाले. अशोक कुजबुजत्या स्वरात आपल्या पत्नीला म्हणाला, "विजय संतोषीला कसा काय इतका चिकटला? ती तर केवढी आडदांड आणि भीतिदायक दिसते!"

त्यावर रमा म्हणाली, "लहान मुलं निरागस असतात. समोरच्या माणसावर पटकन विश्वास ठेवतात. आपण वयानं जसजसे मोठे होतो, तशी आपली संशयी वृत्ती वाढते. कुणावरही पटकन विश्वास टाकणं आपल्यासाठी कठीण होऊन बसतं." मग दिलखुलास हसत ती पुढे म्हणाली, "कदाचित ही नवी मावशी इतकी दणकट असल्यामुळे ती आपलं रक्षण करेल, असा विजयला विश्वास वाटला असेल. आपण घरी न सांगता बाहेर पडलोय म्हणजे आता आई नक्कीच रागावणार, हे पक्कं माहिती आहे त्याला!"

त्यावर अशोक हसला.

संतोषी त्या दोघांच्या मागे जरा अंतर ठेवून अदबीनं उभी होती. इतक्यात वरून लिफ्ट आली. रमा, विजय आणि अशोक आत शिरले. लिफ्टचं दार बंद होत असताना बाहेर उभ्या असलेल्या संतोषीला रमाचे शब्द ऐकू आले. ती म्हणत होती, "काही निर्णय डोक्यानं नव्हे तर हृदयापासून घ्यायचे असतात. डोक्यानं निर्णय घ्यायचे असते, तर मी तुमच्याशी लग्न तरी केलं असतं का?"

संतोषी ते ऐकून स्वतःशीच हसली.

**– भास्कर मुखर्जी**

❖

# लाल गुलाब

माझे आजोबा कायम प्रसन्न, आनंदी असत. आपल्या कुटुंबीयांबरोबर वेळ घालवायला त्यांना मनापासून आवडत असे. मी लहान असताना कधीतरी अचानक स्वत:ची गाडी घेऊन ते आमच्या घरी यायचे. येताना माझ्या बहिणीसाठी आणि माझ्यासाठी पेढे, रसगुल्ले असा खाऊ आणायचे. खाऊ फस्त करून झाला की, मी आणि माझी बहीण आजोबांबरोबर चालत जवळच्या पुस्तकाच्या दुकानात जायचो. माझी बहीण तिथे नॅन्सी ड्र्यूच्या साहसकथांचं नवं पुस्तक विकत घ्यायची. खरंतर मला आर्ची कॉमिक्स वाचायला खूप आवडायचं, पण आजोबांच्या आग्रहामुळे मला रामायणातील चित्रकथांची पुस्तकं घ्यावी लागत. लहानपणापासून ती पुस्तकं वाचल्यानं मला ती आवडू लागली आणि अजूनसुद्धा मी ती जपून ठेवली आहेत.

श्रमांचं, मेहनतीचं महत्त्वं माझ्या आजोबांनीच माझ्या मनावर बिंबवलं. आपल्याकडून होईल तेवढं जास्तीत जास्त उत्कृष्ट काम करण्याचं महत्त्वही त्यांनीच मला शिकवलं. 'जो मनापासून प्रयत्न करतो, त्याला कधीच अपयश येत नाही,' असं ते नेहमी म्हणत. आयुष्याबद्दल त्यांचा दृष्टिकोन नेहमी सकारात्मक असे. त्यांनी कधीही आपल्या तोंडून कठोर शब्द उच्चारले नाहीत. त्यांचा स्वभाव माझ्या आजीच्या अगदी विरुद्ध. आजीची सतत कशा ना कशावरून तरी कुरबुर चालू असे. ती स्वतः तर असमाधानी असायचीच, पण आपल्या बोलण्यानं ती आजूबाजूच्या लोकांनाही दुःखी करायची.

सुमारे दहा वर्षांपूर्वी आजोबांना विस्मरण होण्यास सुरुवात झाली.

त्यांच्या वयामुळे असं होत असेल, असं समजून सुरुवातीला आम्ही त्या गोष्टीला फारसं महत्त्व दिलं नाही. पण काही दिवसांतच या समस्येनं मोठं रूप धारण केलं. ते काही कामासाठी घरातून बाहेर पडायचे आणि मग घरी परतण्याचा रस्ताच विसरून जायचे. तोच तोच प्रश्न ते परत परत अनेकदा विचारायचे. त्यांच्या स्वतःच्या वडिलांचं कित्येक वर्षांपूर्वी निधन झालं होतं. पण ते अचानक त्यांची चौकशी करायचे. "आत्ता ते कुठे आहेत? जरा वेळापूर्वी ते इथेच होते," असं आपल्या वडिलांविषयी ते म्हणायचे.

पण तरीही हा प्रश्न किती गंभीर स्वरूपाचा आहे, हे काही आमच्या लक्षात आलं नाही. इतर कुटुंबांमध्ये जसं असतं, तसंच आमच्याही बाबतीत झालं होतं. आम्ही सर्व जण स्वतःमध्येच गर्क होतो; पण अखेर एक वेळ अशी आली, की आजोबांच्या या अवस्थेकडे दुर्लक्ष करणं अशक्य होऊन बसलं. आम्ही त्यांना डॉक्टरांकडे घेऊन गेलो. आजोबांना 'अल्झायमर्स' म्हणजे विस्मरणाचा आजार झाला असल्याचं डॉक्टरांनी सांगितलं. ते ऐकून आम्हाला सगळ्यांनाच धक्का बसला. आजवर आमच्या कुटुंबातील कुणालाच हा आजार झालेला नव्हता. शिवाय वैद्यकशास्त्रात या आजारासाठी अजूनतरी काहीही उपाय उपलब्ध नव्हता. माझा तर अजूनही या गोष्टीवर विश्वासच बसत नव्हता. आजोबांची तब्बेत अगदी तंदुरुस्त होती. ते दररोज नेमानं योगासनं करीत, त्यांचा आहारही योग्य असे. ते रोज सकाळी चालायला जात आणि नियमितपणे डॉक्टरांकडून आरोग्यतपासणी करून घेत असत. इतकं सगळं व्यवस्थित असतानासुद्धा त्यांच्या बाबतीत असं काही भलतंसलतं व्हावं, हे एखाद्या दुःस्वप्नासारखं वाटत होतं.

माझी आजी काही फारशी शिकलेली नव्हती. तिनं तर या सगळ्या गोष्टीला साफ उडवूनच लावलं. "त्यांच्या मनावर कसलातरी ताण आहे. त्यांना विश्रांतीची गरज आहे," असं ती वारंवार म्हणत राहिली.

मला माझ्या आईची खूप काळजी वाटू लागली. आधीच तिला इतकं काम होतं. तिनं सतत आपल्या अवतीभोवती राहावं, आपला शब्द चुकूनसुद्धा खाली पडू देऊ नये अशी तिच्या पतीची, म्हणजे माझ्या वडिलांची अपेक्षा असायची. तिची मुलगी, म्हणजे माझी बहीण शाळेत जायचं सोडून गावभर भटकत असायची आणि मी गणितात

नापास होत होतो. आता आपण नियमितपणे आजोबांच्या घरी जाऊन त्यांना भेटात राहायचं, असा मी मनोमन पण केला. मला त्यांच्या सहवासात वेळ घालवायला आवडायचं. अर्थात आजकाल ते त्याच-त्याच गोष्टी परत परत सांगायचे; पण त्यातही गंमत होती. ते त्यांच्या लाहोरमधल्या कॉलेजच्या दिवसांमधल्या गोष्टी सांगत. ते ज्या घरात लहानाचे मोठे झाले त्या घराविषयी, त्यांच्या मित्रमंडळींविषयी, शेजाऱ्यापाजाऱ्यांविषयी भरभरून बोलत. विख्यात बॉलिवूड अभिनेता देवानंद त्यांच्या शेजारी राहत होता, हे ते अगदी अभिमानानं सांगत.

माझी आजी मात्र या नवीन परिस्थितीशी जुळवून घ्यायला तयार नव्हती. ती आजोबांशी सतत भांडायची. इतरांसमोर त्यांच्या वागण्यावर टीका करायची. अनेकदा असं व्हायचं की, मी आजोबांशी गप्पा मारत बसलेलो असताना ती तिथं येऊन तावातावानं म्हणायची, ''त्यांना तू एखाद्या थंड हवेच्या ठिकाणी घेऊन का नाही जात? तिथल्या शुद्ध हवेत त्यांचं डोकं ठिकाणावर येईल. इथे उगाच दिवसभर भ्रमिष्टासारखे बसून असतात.'' अर्थातच ते ऐकून आजोबाही कधीकधी चिडायचे. मग ते काही न बोलता सरळ आपल्या खोलीत निघून जायचे. मीच आपला त्यांची बाजू घेऊन आजीशी भांडायचो. तिनं जरा धीरानं घ्यायला हवं, असं मी तिला सुचवलं. यापेक्षाही जास्त वाईट घडू शकलं असतं, त्यांना कॅन्सर किंवा पॅरालिसिससुद्धा होऊ शकला असता; पण तसं काहीही झालेलं नाही, असं सांगून मी तिची समजूतही काढली. आपण निदान त्याबद्दल तरी देवाचे आभार मानले पाहिजेत, असं मी तिला सांगितलं.

काही आठवड्यांनंतर माझ्या आईला अचानक फोन आला. काहीतरी भयंकर घडलं असल्याचं तिनं आम्हाला सांगितलं. मुंबईच्या दक्षिण भागात आजी-आजोबांचं घर होतं. आम्ही तातडीनं तिकडे गेलो. घरात शिरलो तर आजी सोफ्यावर बसून रडत होती. तिचा पाय दुखावला होता, तो ती धरून बसली होती. आजोबांनी तिच्या अंगावर धावून जात तिला मारल्याचं तिनं आम्हाला सांगितलं. अल्झायमर्सचं दुखणं असलेले रुग्ण क्वचित प्रसंगी हिंसक होऊ शकतात याची आम्हाला कल्पना होती; पण अशा प्रकारचा हा अनुभव आमच्यासाठी नवाच होता. आता काहीतरी निर्णय घ्यायलाच हवा होता. मग आम्ही अनेक वृद्धाश्रमांमध्ये जाऊन चौकशी

केली; पण त्या सर्वांनीच आम्हाला निराश करून परत पाठवलं. कोणताही मानसिक आजार असलेल्या वृद्धांना आम्ही दाखल करून घेऊ शकत नाही, असं सर्वांनी सांगितलं. दुर्दैवानं या अशा प्रकारचं दुखणं असलेल्या लोकांची काळजी घेणारी एकही संस्था मुंबईत नव्हती.

बऱ्याच उलटसुलट चर्चेनंतर माझ्या आई-वडिलांनी निर्णय घेतला. आता आजी-आजोबांनी आमच्या जवळपास राहणंच श्रेयस्कर होतं. आमच्या राहत्या घराचा वरचा मजला आम्ही भाड्यानं दिलेला होता; पण आता त्या मजल्यावर आमच्या आजी-आजोबांना ठेवायचं असं माझ्या वडिलांनी ठरवलं. त्यामुळे रोजच्या रोज उपनगरातून भलामोठा प्रवास करून आजी-आजोबांच्या घरी जाण्याचा आमचा त्रास वाचला असता. आणि त्या दोघांची काळजी घेणं, त्यांच्याकडे लक्ष पुरवणं आम्हाला सोपं गेलं असतं.

पण आजी काही तिचं घर सोडून यायला तयार नव्हती. जन्मभर ती त्या घरात राहिली होती. तिची आवडती गुलाबाची बाग सोडून येण्यास तिचं मन होत नव्हतं. तिची बाग होतीच तशी छान. त्या बागेत नानाविध प्रकारच्या सुवासिक सुंदर जातींचे गुलाब होते- पिवळे, पांढरे आणि माझे सर्वांत आवडते लाल गुलाबसुद्धा. मी अगदी लहान असताना ते गुलाब तोडून घरी घेऊन जाण्यासाठी माझी धडपड चालायची. पण दर वेळी मी चोरून गुलाब तोडत असताना आजी मला पकडून चांगल्या कानपिचक्या द्यायची.

आजीच्या बागेची व्यवस्थित काळजी घेतली जाईल, असं आम्ही तिला वचन दिलं. पण मग आजीनं एक नवीन अडचण पुढे केली. तिच्या समवयस्क मैत्रिणी आठवड्यातून एकदा एकत्र जमायच्या. त्यांची भिशी तिच्या दृष्टीनं फार महत्त्वाची होती. ती चुकवून चालणार नव्हतं. मग मी त्यावर तोडगा सुचवला. त्या दिवशी आजोबांची काळजी मी घेईन, असं तिला वचन दिलं. तिनं आणखीही बऱ्याच सबबी पुढे करून पाहिल्या, पण आम्ही त्या धुडकावून लावल्या. अखेर ती या नवीन व्यवस्थेला राजी झाली.

आजी-आजोबा कायमचे आमच्या घरी राहायला आले. ते आल्यानंतर पहिल्या रात्री कुणीच झोपू शकलं नाही. सगळे जागे होते. सर्वांचं लक्ष सतत आपापल्या मोबाइल फोन्सकडे होतं.

दुसऱ्या दिवशी सकाळी आई आजी-आजोबांचा चहा घेऊन गेली, तर आजी अतिशय थकलेली दिसत होती. आजोबा मात्र चांगले तरतरीत आणि प्रसन्न होते.

"अगं, तू किती दमलेली दिसते आहेस," माझी आई आजीला म्हणाली.

"त्याचं कारण रात्रभर माझा डोळ्याला डोळा लागलेला नाही," आजी म्हणाली. ती भयंकर चिडलेली दिसत होती. "तुझ्या वडिलांनी मला रात्रभर जागवलंय," ती म्हणाली. "ते स्वयंपाकघरात खाण्याच्या गोष्टी धुंडाळायला गेले होते. त्यांनी तिथं बरीच पातेली, भांडी पाडून सगळीकडे सांडलवंड करून ठेवली. मी आवाज ऐकून तिथं पळत गेले आणि त्यांना थांबवू लागले, तर ते माझ्या अंगावर धावून आले. मला मुस्कटात द्यायला हातसुद्धा उगारला."

"अरे देवा!" आई म्हणाली. तिचे डोळे विस्फारले गेले होते आणि तोंडही उघडं राहिलं होतं.

"मग नंतर ते जाऊन झोपले," आजी म्हणाली. "जरा वेळाने घाबरून, जीव गुदमरून मला जाग आली, तर माझ्या अंगावर काहीतरी जड वजन जाणवत होतं."

"मांजरानं उडी मारली का तुझ्यावर अंगावर?"

"छे! मांजर कुठलं; तुझे वडील. अगं, त्यांना वाटलं मी लोड आहे. मग माझ्या अंगावर डोकं ठेवून तसेच झोपले."

इतक्यात आईचं लक्ष कोपऱ्यात पडलेल्या कपड्यांकडे गेलं. त्यावर पिवळसर डाग होते. "आणि ते काय?" आई म्हणाली.

"अगं, त्यांनी पायजम्यात लघवी करून ठेवली," आजी म्हणाली.

माझ्या आईनं हाताच्या तळव्यांनी चेहरा झाकून घेतला. मग हताशपणे हवेत हात उंच करून आभाळाकडे पाहिलं.

पुढचे तीन दिवससुद्धा साधारण असेच गेले. चौथ्या दिवशी मात्र परिस्थितीत थोडी सुधारणा झाली. आजोबा रात्रभर गाढ झोपले.

दुर्दैवानं तोपर्यंत आजीची सहनशक्ती मात्र संपुष्टात आली होती. तिनं आपलं सामानसुमान भरलं होतं. आपल्या पूर्वीच्या घरी परत जाण्याची तिनं तयारी केली होती. आम्ही तिची समजूत घालण्याचा पुष्कळ प्रयत्न केला; पण ती आता काहीही ऐकण्याच्या मनःस्थितीत

नव्हती. अखेर ती तिच्या घरी परत निघून गेली.

जसजसे दिवस जात होते, तसा मी मात्र अधिकाधिक वेळ आजोबांच्या सहवासात व्यतीत करू लागलो होतो. त्यांना बाहेर फिरायला घेऊन जाता यावं, म्हणून मी संध्याकाळचं मित्रांबरोबर क्रिकेट खेळायला जाणं बंद केलं. मी आणि आजोबा रोज संध्याकाळी हातात हात घालून इमारतीभोवती फेरफटका मारायला जायचो. आजोबा पुन्हा एकदा लहान मूल झाले होते, ही गोष्ट दुःखाची असली, तरीही मी आणि ते आता बरोबरीचे झालो होतो. फेरफटका मारून परत येताना आम्ही रोज कुल्फी खात खात एकमेकांकडे पाहून हसायचो.

दोन महिन्यांनंतर आणखी एक दुःखद घटना घडली. माझी आजी खंडाळ्याला तिच्या बहिणीकडे जाणार होती, नेमके त्याच वेळी माझे आई-वडीलसुद्धा बाहेरगावी गेले होते. आता आजोबांना सांभाळण्याची पूर्ण जबाबदारी माझ्यावर होती. मग मी माझी स्टीरिओ सिस्टीम घेऊन त्यांच्याकडे आलो. त्यांना हेमंतकुमारची फक्त दोन गाणी आठवत असत. तीच त्यांना वाजवून दाखवायची, असं मी ठरवलं होतं. मी आजोबांच्या खोलीत शिरलो तेव्हा ते तावातावानं आमच्या ऑफिसबॉयशी बोलत होते. हा मुलगा आमच्या ऑफिसमध्ये झाडलोट आणि साफसफाईचं काम तर करायचाच, पण शिवाय घरीसुद्धा मदत करायचा. माझ्या आजोबांच्या मानसिक स्थितीची त्याला तशी व्यवस्थित कल्पना होती. तरीपण कालवश झालेल्या लोकांविषयी आजोबा त्याला पुन्हा पुन्हा तेच तेच प्रश्न विचारत होते, त्याच त्याच चौकश्या करत होते. अखेर त्याचाही संयम सुटला. मला तिथं आलेलं बघताच त्यानं राहिलेल्या दिवसाची सुट्टी मागितली. मी जरा विचारात पडलो; पण मग आपण एकटे आजोबांची काळजी घेऊ शकू, असा आत्मविश्वास वाटल्यामुळे मी त्याला घरी जायची परवानगी दिली.

दुपार झाली. कामाची बाई घरचं सगळं काम उरकून निघून गेली. एव्हाना दुपारचे साडेतीन वाजले होते. मी स्वतः दुपारी कधी झोपत नाही. पण आजोबांना एक डुलकी काढायची होती. ते उठून झोपायला निघून गेले. मी एकटाच उरलो.

टीव्ही लावायचा म्हणजे आजोबांना त्या आवाजाचा त्रास होणार, त्यापेक्षा आपण पुस्तक वाचावं, असा विचार करून मी एक कादंबरी

वाचायला घेतली; पण ती इतकी रटाळ निघाली की वाचता वाचता मला कधी झोप लागली तेच कळलं नाही.

अचानक मी दचकून जागा झालो. आजोबा मला गदादगदा हलवून उठवत होते. "कोण आहेस रे तू?" ते ओरडून विचारत होते.

"अहो मी तुमचा नातू आहे, सौरभ," मी म्हणालो. त्यांच्या चेहऱ्यावरचा राग पाहून मी जरासा गडबडलो होतो.

"सौरभ? कोण सौरभ?"

"तुमचा नातू."

"मला कुणी नातू नाही. चल निघ इथून!" ते रागाने ओरडले.

"अहो, पण मला इथं थांबावं लागेल, तुमची काळजी घ्यावी लागेल."

"नीघ म्हणतो ना!"

"नाही, नाही. आजोबा तुम्ही आधी शांत व्हा पाहू!"

त्यावर शर्टच्या बाह्या दुमडून ते एकदम माझ्या अंगावर धावून येत गरजले, "हे पाहा, रागाच्या भरात माझ्या हातून काहीतरी वेडंवाकडं होण्याआधी चालता हो इथून."

"तुम्ही आधी खाली बसा बघू," मी अतिशय जोरात त्यांच्या अंगावर ओरडलो.

माझ्या अनपेक्षित ओरडण्यामुळे ते एकदम दचकले आणि जरासे भेलकांडत ते आतल्या खोलीत निघून गेले. ते तोंडानं शिवीगाळ करतच होते.

मी मोठ्याच पेचात सापडलो. मी निघून जावं, अशी त्यांची इच्छा होती; पण त्यांना अशा स्थितीत एकटं सोडून जाण्याची माझी मुळीच इच्छा नव्हती. ते एकटे कुठंही बाहेर निघून गेले असते, भरकटले असते किंवा रस्ता ओलांडताना एखाद्या वाहनाला धडकून त्यांना इजासुद्धा होऊ शकली असती. मी घाबरून आजीच्या मोबाइलवर कॉल केला; पण तिचा मोबाइल लागत नव्हता. इतक्यात आजोबा परत एकदा मी बसलो होतो तिथं आले. त्यांचा आजचा अवतार पाहून माझी भीतीनं बोबडीच वळली.

"तू अजून गेला कसा नाहीस? या घराचा मालक मी आहे. चल जा, चालता हो."

त्यावर मी काही बोलणार इतक्यात त्यांनी खाडकन् माझ्या मुस्कटात ठेवून दिली. मी कोलमडलो. माझ्या डोळ्याला इजा झाली नाही, हे माझं नशीब. परत एकदा ते खोलीत निघून गेले. त्यांनी धाडकन दार लावून घेतलं.

मी सोफ्यावर बसून या सर्व विचित्र घटनेचा विचार करू लागलो. अशी पाच मिनिटं गेली. दार उघडून आजोबा परत बाहेर आले. त्यांचे हात पाठीमागे होते. मला तिथं गाल चोळत बसलेलं पाहून ते माझ्याजवळ आले. त्यांच्या चेहऱ्यावर करारी भाव होते. आता मात्र त्यांचा मार खाण्याआधीच तिथून पळ काढायचा, असं मी मनाशी ठरवलं होतं. मी काही त्यांच्या अंगावर चाल करून जाणार नव्हतो की उलटवार करणार नव्हतो. तेव्हा पळून जाणं एवढा एकच मार्ग शिल्लक होता.

आजोबा माझ्याजवळ येऊन काही इंच अंतरावर उभे राहिले. त्यांचे हात अजूनही मागेच बांधलेले होते.

उजवा हात पुढे करून त्यांनी माझा लालभडक झालेला उजवा गाल सावकाश कुरवाळला. माझे डोळे पुसले. त्यानंतर पाठीमागून डावा हात पुढे करून त्यांनी एक टपोरं सुंदर लाल गुलाबाचं फूल माझ्या हातात दिलं!

– **सौरभ कुमार**

❖

# ढाक्याची मुलगी

१९४७ सालचा उन्हाळा संपत आला होता. ढाक्याचं नेहमी निरभ्र असणारं आकाश त्या दुपारच्या वेळी गुलाबी आणि केशरी रंगात माखल्यासारखं दिसत होतं. खजुराच्या झाडांमधून वारा सळसळत झाडांना हलवत चालला होता. जाता जाता वाळूसुद्धा स्वतःसोबत अज्ञात प्रदेशात घेऊन निघाला होता. तरुण, निःस्तब्ध झाडांचा निरोप घेऊन निघालेली वाळकी पानं त्या वाळू आणि वाऱ्यासोबत दूरदेशी निघाली होती. मातकट तपकिरी फांद्यांमध्ये पक्ष्यांचे घोळके चिवचिवाट करत बसले होते.

आता पावसाळा जवळपासच येऊन ठेपला होता. त्या वर्षी उन्हाळ्याचा ताप जरा जास्त काळ जाणवला होता. पण आता त्या उन्हाळ्याचा निरोप घेऊन येणाऱ्या पावसाळ्याचं नव्या जोमानं स्वागत करण्याची वेळ जवळ येऊन ठेपली होती.

आठवणींचं एक विशेष असतं. कधीकधी भूतकाळात घडलेल्या प्रसंगांच्या वेळी आपल्या मनात ज्या काही भावना उमटलेल्या असतात, त्या भावनासुद्धा त्या आठवणींना चिकटून बसतात. मला अगदी पक्कं आठवतंय- येणारा पावसाळा आमच्या आयुष्यात नक्की काहीतरी बदल घडवून आणणार, असं मला त्या दिवशी सारखं वाटत होतं. हा बदल नक्की काय असणार आहे, हे काही मला सांगता येत नव्हतं. पण जे काही असेल, ते सकारात्मक असणार, एवढी मला खात्री वाटत होती.

शाळा सुटल्याची घंटा जोरजोरात वाजू लागली. आमच्या चौथीच्या वर्गातल्या चौदा मुली पाटी-पेन्सिल दप्तरात भरत घाईघाईनं उठून

शाळेच्या मोडकळीला आलेल्या विटांच्या इमारतीतून धावत बाहेर पडल्या आणि मोकळ्या आभाळाखाली आल्या.

मीसुद्धा बाहेर आले. छानशी स्वच्छ ताजी वाऱ्याची झुळूक आली.

"मीरा?" कुणीतरी हाक मारली.

मी मागे वळून पाहत म्हणाले, "काय?"

"मला वाटतं, आता पाऊस पडणार!" मौनी म्हणाली, "जवळच्या 'पुकुर'च्या (तळ्याच्या) काठी जाऊन मासे पकडू या का?"

"हो, चल. रात्रीच्या जेवणात मासा असला तर काय मजा येईल ना?" मी म्हणाले.

"वू हूऽऽ," मौनी चीत्कार काढत खूश होऊन उड्या मारू लागली. शाळेच्या मागेच मोठं तळं होतं. आम्ही नाचतच तिकडे निघालो. मौनी आणि मी तळ्याकाठी पोहोचेपर्यंत पाऊस सुरू झाला होता.

आम्ही गळ्यातले मोठे सुती रुमाल काढून त्यांच्या टोकांच्या एकमेकांना गाठी बांधून मासे पकडण्यासाठी एक पिशवी तयार केली आणि ती पाण्यात सोडली. मग पाण्याच्या पृष्ठभागाजवळ आमची ती पिशवी हळुवारपणे इकडून तिकडे हलवत राहिलो. आम्ही बनवलेलं ते मासे पकडायचं साधन छानच होतं. पण खूप धीरानं, शांतपणे वाट बघून थांबण्याची गरज होती. शिवाय भरपूर मासे पाण्याच्या पृष्ठभागाकडे सळसळ करत येण्याचीही गरज होती. ती गोष्ट पावसामुळे घडून आली.

खूप वेळानंतर माझ्या हातातल्या रुमालात काहीतरी येऊन अडकल्याची जाणीव झाली. मी गाठ मारलेला रुमाल अलगद पाण्याबाहेर काढला. बघते तर काय, एक छोटासा रोहू मासा त्यात फसला होता. ते पाहून मौनी जराशी खट्टू झाली. तिच्या जाळ्यात अजून काहीच आलं नव्हतं.

असा सुमारे तासभर गेला. आता माझ्या रुमालात दोन मासे होते, तर मौनीच्या रुमालात एक; पण रात्री चविष्ट जेवण मिळणार या कल्पनेनं आम्ही दोघीही मनातून खूश होतो. आमच्या कुटुंबात सात माणसं होती. त्यामुळे प्रत्येकाच्या वाट्याला त्यातला कणभरच आला असता; पण तरीसुद्धा सगळ्यांना मिळून माशाचं जेवण जेवायला मिळणार या नुसत्या कल्पनेनंही मला खूप आनंद झाला होता.

दुपार ओसरून संध्याकाळ होत आली होती. ढगाआड उन्हं कलली होती. हातातल्या रुमालात पकडलेले मासे गुंडाळून आम्ही घरी निघालो.

जरा वेळ एकमेकींच्या सोबतीनं वाटचाल केल्यावर पुढे आमचे रस्ते वेगळे झाले. आम्ही दोघी आपापल्या घरांच्या दिशेनं वळलो.

मौनीची आणि माझी मैत्री फक्त शाळेपुरतीच मर्यादित नव्हती. आमच्या कुटुंबाचाही घरोबा होता. आमचे दोघींचेही वडील आयात-निर्यातीच्या व्यवसाय करणाऱ्या एका ब्रिटिश कंपनीत व्यवस्थापक म्हणून कामाला होते. त्या दोघींचीही मिळकत तशी बेताचीच होती. कुटुंबाचा कसाबसा उदरनिर्वाह त्यावर चालत होता. हळूहळू ब्रिटिश कंपन्या एक एक करत देश सोडून चालल्या होत्या. वडिलांच्या तुटपुंज्या मिळकतीत कुटुंबाचा खर्च भागणं दिवसेंदिवस कठीण होत चाललं होतं. जेवणासाठी बाजारातून मासे विकत आणणं तर आता फक्त स्वप्नातच शक्य होतं.

मी पावसात भिजत उड्या मारत घरी निघाले होते. रस्त्यातल्या चिखलातले दगडगोटे मी पायानं उडवत होते. वाटेत भेटलेल्या ओळखीच्या लोकांकडे पाहून हात हलवत होते. आपण हे मासे घेऊन घरी पोहोचल्यावर आपल्या आईला आणि पाठच्या चार भावांना किती आनंद होईल, हाच विचार माझ्या मनात होता. जेवायला बसल्यावर मात्र मासा खाणं आपल्या पोटाला सोसत नसल्याचं कारण देऊन आपली आई तिच्या वाट्याचा मासासुद्धा आम्हा सर्व भावडांना वाटून टाकेल, याची मला खात्रीच होती. पण या खेपेला मात्र मी तिला असलं काही करू देणार नव्हते. आई झाल्यावर काही कुणाच्या इच्छा मरत नाहीत. स्त्री फक्त त्या मनातल्या मनात दडपून टाकते, इतकंच!

घर जसं जवळ आलं, तसं माझ्या आनंदाला उधाण आलं. माझ्या कुटुंबीयांच्या डोळ्यांत उमटलेली खुशी मला निरखून पाहायची होती. मला आता क्षणभरही थांबणं शक्य होत नव्हतं.

घराकडे जाणाऱ्या गल्लीत पोहोचल्यावर माझी नजर उजवीकडच्या एका भल्यामोठ्या वडाच्या झाडावर पडली. त्या झाडाच्या पारावर एक मध्यमवयीन माणूस छातीशी पायाचं मुटकुळं करून गुडघ्यांभोवती पायांची मिठी घालून बसला होता. त्याची मान खाली होती. त्याचं अंग थरथरत होतं. त्यानं अंगात फिकट निळ्या रंगाची सुरवार आणि त्याच रंगाचा कमीझ घातला होता. त्याचे कपडे धुळीनं माखले होते आणि डोक्यावर वाटोळी पांढरी टोपी घातली होती.

त्याच्या जवळ जाताच मी क्षणभर थांबून त्याच्याकडे निरखून पाहिलं. तो माणूस मूकपणे रडत असल्याचं माझ्या लक्षात आलं. तो खूप थकल्यासारखा दिसत होता. त्याचं ते रडणं फार दयनीय होतं. हुंदके देताना मधूनच क्षणभर थांबून तो जोरजोरात श्वास घेत होता. त्याच्या गालावर ओघळणाऱ्या अश्रूंमधून त्याची वेदना, दुःख आणि त्याचं हरपलेलं चैतन्य स्पष्ट होत होतं. पावसाच्या पाण्यात ते अश्रू धुऊन निघत होते.

मला आता राहवेना. आपण काय करत आहोत, हे लक्षात येण्याआधीच मी त्याच्या अगदी जवळ जाऊन पोहोचले. मग मात्र मला थोडी भीती वाटू लागली. माझी आई मला मुलं पळवणाऱ्या टोळ्यांविषयी सांगून नेहमी भीती घालायची. पण त्याचं आत्ताचं रडणं खोटं असेल, तो नाटक करत असेल, असं मात्र मला वाटेना. पृथ्वी आणि आकाशाचं परस्परांवरचं नितांत प्रेम जेवढं सच्चं असतं, तितकंच त्याचं ते रुदन सच्चं होतं.

"काका, काय झालं?" मी त्या माणसाला हाक मारून हलकेच विचारलं.

त्यानं माझ्याकडे पाहिलं. त्याची दाढी वयामुळे पांढरी होत चालली होती. आपल्या शर्टाच्या बाहीनं डोळे पुसत तो म्हणाला, "काही नाही गं पोरी, काही नाही."

"मग तुम्ही का रडताय?" मी तरीही विचारलं.

त्यानं क्षणभर थांबून दीर्घ श्वास घेतला. मी अगदी निर्व्याजपणे त्याच्या नजरेला नजर देत त्याच्याकडे रोखून पाहिलं.

आपल्या जवळच्या झोळीवजा सुती थैलीतून काचेच्या बांगड्या काढून दाखवत तो म्हणाला, "बेटा, गेल्या तीन दिवसांत मला यातली एकसुद्धा बांगडी विकता आलेली नाही."

क्षणभर थांबून तो पुढे म्हणाला, "देशात वादळाला सुरुवात झाली आहे. आता लवकरच आपल्या देशाचे तुकडे होणार. लोकांना आपल्या जिवाचं रक्षण कसं करायचं याची काळजी लागलेली असताना माझ्या बांगड्या कोण विकत घेणार?"

त्या दिवशी तो माणूस हे सगळं कशाविषयी बोलत होता, ते काही मला नीटसं कळलं नाही. त्याच्या दुःखाचं कारण समजून घेण्याचा

प्रयत्न करत मी नुसती खिळल्यासारखी तिथं उभी राहिले. त्याच्या बांगड्या विकल्या गेल्या नव्हत्या, इतकंच मला त्या सगळ्या बोलण्यातून कळलं.

"मला काहीच पैसे मिळालेले नाहीत. कित्येक दिवसांत माझ्या घरच्या लोकांच्या पोटात अन्नाचा कण गेलेला नाही. या महिन्यात रमझान असल्यामुळे आम्ही मानसिक बळावर उपास सहन केले," बोलता बोलता त्याच्या डोळ्यांतून एक अश्रू टपकला, "पण उद्या ईद आहे. उद्या त्यांना मी काय जेवायला घालू?"

"उद्या ईद आहे?" मी सहानुभूतीनं विचारलं. त्यानं हताशपणे मान हलवली.

मी क्षणभर विचार करून मग म्हणाले, "मग समजा मी तुम्हाला 'ईदी' ('ईद'च्या सणानिमित्त भेट) देऊ केली, तर ती तुम्ही घ्याल?"

त्यानं आश्चर्यचकित होऊन माझ्याकडे पाहिलं. आठ वर्षांची ही छोटीशी मुलगी आपल्याला काय देणार, असं त्याच्या मनात आलं असावं.

"प्लीज?"

त्यानं कशीबशी मान हलवून होकार दिला. मग काखोटीला मारलेली रुमालाची गुंडाळी उघडून मी दोन मासे त्याच्या हातात ठेवले.

"दोन रोहू मासे. माझ्याकडे हे इतकंच आहे."

माझ्या त्या 'ईदी'चा दोन्ही हातांनी स्वीकार करताना त्याचे डोळे भरून आले. त्याला हुंदके अनावर झाले. ते अश्रू एकीकडे दुःखाचे, हतबलतेचे होते. आपण आपल्या मुलाबाळांच्या तोंडात पोटभर अन्नसुद्धा घालू शकत नाही, ही विवशता त्या अश्रूंमध्ये होती; तर दुसरीकडे 'ईदी'च्या रूपानं अनपेक्षितपणे पदरात पडलेल्या या रोहू माशांचं कालवण करून आज आपल्या मुलाबाळांना जेवू घालता येईल, हा आनंदही त्यात सामावला होता.

मला पण मनातून खूप आनंद झाला. माझ्या त्या एवढ्याशा आयुष्यात पहिल्यांदाच कुणाला काहीतरी देण्यामधला आनंद मी अनुभवत होते.

कापऱ्या आवाजात तो म्हणाला, "भात आणि मासे माझ्या सकीनाला फार आवडतात. आता उद्या निदान मी तिला मासे तरी खायला घालू शकेन."

"काका, तुम्ही जरा वेळ इथं थांबता का?" असं म्हणून त्याला तिथंच उभं करून मी धावतच घराकडे गेले.

आमचं घर एका खोलीचंच होतं. विटांनी बांधलेलं होतं. त्याला रंगसुद्धा दिलेला नव्हता. बांधकाम नीट पूर्णही झालेलं नव्हतं. पण आमच्या घरी शांतता होती. सौख्य होतं. घराच्या उजव्या हाताला एक लहानशी झोपडी बाधंलेली होती. बांबूचे चार खांब उभे करून तिथं आम्ही एक तात्पुरती शेड उभी केली होती. पानांनी आणि झावळ्यांनी ती बनवली होती. तेच आमचं स्वयंपाकघर होतं. मातीनं बांधून काढलेल्या व्हरांड्यात आई रात्रीच्या जेवणासाठी बटाटे सोलत बसली होती. लहान भाऊ आजूबाजूला खेळत होते.

आजूबाजूला मोठमोठी झाडं होती. झाडांच्या आडोशानं लपतछपत, कुणाच्याही नजरेला न पडण्याची खबरदारी घेत मी स्वयंपाकघरात शिरले. कुणाच्याही नकळत दार ढकलून मी आत शिरले. कोपऱ्यात चिनीमातीचा सट होता. त्याचं झाकण उघडून त्यात हात घालून त्यातला भरपूर भात बाहेर काढला आणि तो एका केळीच्या पानात गुंडाळून मी बाहेर आले. मग पुन्हा त्या वडाच्या पाराकडे पळत गेले.

त्या माणसाकडे हसून बघत मी त्याला हातातली पुरचुंडी दिली. आत भात असलेला पाहून तो आश्चर्यचकित झाला; पण त्याच्या चेहऱ्यावर आनंद उमटला नाही.

"काका, हा माझ्या वाट्याचा भात आहे," मी म्हणाले, "हा काही तुमच्या अख्ख्या कुटुंबाला पुरेसा होणार नाही, हे मला माहीत आहे; पण निदान सकीनाला पुरेल इतका तरी आहे."

"तू आधीच मला खूप काही दिलं आहेस, बेटा. आता मी आणखी काही नाही घेऊ शकत," तो विरोध करत म्हणाला.

"प्लीज, काका, तुम्ही जर हे घेतलं नाहीत, तर माझी ईदी अपूर्ण राहील ना!" मी आर्जवानं म्हणाले.

"मग त्याबदल्यात तू माझ्याकडून या बांगड्या का नाही घेत?"

"पण काका, मी जर त्याबदल्यात तुमच्याकडून बांगड्या घेतल्या तर मला देण्याचा आनंद मिळणार नाही ना!" असं म्हणून मी हसले.

मग त्यानं एकदाचा तो भातही घेतला आणि मी समाधानानं घरी गेले.

घरी जेवायची वेळ झाल्यावर मी मुद्दामच पोट बिघडलं असल्याचा बहाणा करून जेवायचं टाळलं. माझ्या वडिलांना त्यामुळे माझी काळजी वाटू लागली. पण माझ्या त्या नाटकाचा माझ्या आईवर काहीही प्रभाव पडला नाही. स्वयंपाकघरातील काचेच्या सटातून कमी झालेल्या भाताला मीच जबाबदार आहे, याची तिला खात्रीच पटली होती.

रात्र झाली. मी उपाशीपोटी झोपले खरी; पण भुकेमुळे मला झोप लागेना. मी अंथरुणात तशीच स्तब्ध पडून राहिले. माझ्या आई-वडिलांची आपापसात काहीतरी कुजबूज चालू होती. ती माझ्या कानावर पडत होती. त्यावरून मला एकच बोध झाला. लवकरच आमच्या आयुष्यात प्रचंड उलथापालथ होणार होती.

"आपल्याला इथून निघून जायला हवं," माझे वडील म्हणत होते. "आपल्या नशिबात काय वाढून ठेवलंय, देव जाणे! पण एक खरं, की आपल्या डोक्यावरचं हे छप्पर आता काही फार काळ टिकणार नाही. पुन्हा या ठिकाणी आपल्याला कधी परतसुद्धा येता येणार नाही. पण मला एकच काळजी आहे, तिकडे गेल्यावर मी तुम्हा सर्वांचा सांभाळ कसा करू?"

माझी आई त्यांची समजूत घालत म्हणाली, "पण आपण इथंच राहण्याचा निर्णय घेऊ शकतो. ही आपली मातृभूमी आहे. आपला जन्म इथेच झालेला आहे."

"आपल्यासमोर दुसरा काहीच पर्याय नाहीये," माझे वडील म्हणाले. "आता ही आपली मातृभूमीच आपल्याला गमवावी लागणार आहे."

त्या वेळी त्यांचं बोलणं मला काही नीटसं समजलेलं नव्हतं. पण एक गोष्ट मात्र मला कळून चुकली होती- कधी ना कधीतरी हे घर कायमचं सोडून आम्हाला निघून जावं लागणार होतं. या फुलांच्या ताटव्यांनी भरलेल्या सुंदर टेकड्या, झाडांवर चिवचिवाट करणारे पक्षी, हे चमकदार सोनेरी ऊन, हे उबदार घर, जिथं मी माझ्या भावांबरोबर लपंडाव खेळत असे तो व्हरांडा आणि इथल्या मातीचा सुगंध हे सगळं जसंच्या तसं राहणार होतं, पण फक्त आमच्या आठवणींत.

काही महिन्यांनंतर मला आणखी एक गोष्ट समजली. या जगात तीन प्रकारचे लोक असतात : ब्रिटिश, हिंदू आणि मुस्लिम. ब्रिटिश आमच्या देशात अनाहूतपणे येऊन तळ ठोकून राहिले होते. आता

आमचा देश या ब्रिटिशांच्या तावडीतून स्वतंत्र झाला होता; पण या स्वातंत्र्याची आम्हाला फार मोठी किंमत मोजावी लागली होती. फाळणीमुळे आमच्या देशाचे आता दोन तुकडे झाले होते. भारत आणि पाकिस्तान. हिंदूंनी भारतात राहायचं होतं आणि मुसलमानांनी पाकिस्तानात. आमच्या भूमीचे, या बंगालचेसुद्धा दोन तुकडे झाले होते. पूर्व बंगालचा समावेश आता पाकिस्तानात झाला होता.

आदल्या रात्री माझे वडील म्हणाले होते की, इथून पळून जाण्याशिवाय दुसरा पर्याय नाही. पण त्यांचं ते बोलणं चुकीचं होतं. आमच्या समोर अजून एक पर्याय होता- या मातृभूमीतच राहून मरण पत्करण्याचा पर्याय!

सर्वत्र दंगली उसळल्या होत्या. मानवतेचा अस्त झाला होता. ही लढाई धर्माधर्मांमधली नव्हती. ही लढाई दोन माणसांमधली होती. त्यातल्या एका माणसाचं काळीज निर्दय, कठोर झालेलं होतं, तर दुसरा माणूस अगतिक, लाचार बनला होता. घरं आगीत भस्मसात होऊन गेली, अबला आणि मुली अत्याचाराला बळी पडल्या, माणसांची अत्यंत निर्दयपणे कत्तल करण्यात आली. आम्हाला स्वर्गतुल्य असलेली ही ढाका नगरी आता नरक बनली होती. तिचं रणांगण झालं होतं.

ज्या हिंदूंना आपला जीव वाचवायचा होता ते भारतात पळून चालले होते; पण ज्यांची मातृभूमी सोडून जाण्याची इच्छा नव्हती, त्यातल्या बऱ्याच जणांना आपले प्राण गमवावे लागले. आम्ही पळून जायचं ठरवलं.

पौर्णिमेनंतर दोन दिवसांनी भारतात पळून जाण्याचा माझ्या वडिलांनी निर्णय घेतला. काही दिवस आम्ही स्वतःला घरात कोंडून घेतलं होतं. आता आम्ही व्हरांड्यात बसणंसुद्धा बंद केलं होतं. आमच्या घरात आता सूर्यप्रकाशसुद्धा शिरू शकत नव्हता. आमच्या वडिलांचा एक मित्र आम्हाला भारताकडे जाणाऱ्या आगगाडीमध्ये बसवून देणार होता. त्या दिवसाची वाट बघत आम्ही घरी राहत होतो.

अखेर आमचा जाण्याचा दिवस अगदी जवळ येऊन ठेपला. आम्ही दुसऱ्या दिवशी निघणार होतो; पण आमच्या मातृभूमीत घालवलेल्या त्या शेवटच्या दिवसाचा आनंदसुद्धा आम्ही घेऊ शकत नव्हतो. कारण आम्ही जाण्याचा आदला दिवस उजाडला आणि तेव्हाच आमच्या

जवळच्या वस्तीतच दंगल सुरू झाली. दंगल करत हिंडणारे गुंड आमच्या घरी येऊन पोहोचण्याआधीच आम्ही पळ काढला. घरातल्या सर्व चीजवस्तू मागे सोडून आम्ही घर सोडलं. माझ्याकडे असलेली एकुलती एक लाकडी बाहुलीसुद्धा मी मागे सोडली.

आम्ही जमीनदाराच्या वाड्यावर आश्रयाला गेलो. ते लोक कधीच घर सोडून गेले होते. माझे वडील आम्हाला जमीनदाराच्या वाड्याच्या अंतर्भागात घेऊन गेले. वाड्यामागे आमराई होती. आम्ही त्या आमराईत लपून बसलो. बाहेरच्या कुणालाही आम्ही तिथून दिसू शकत नव्हतो. पण माझे वडील मात्र फार अस्वस्थ होते. आयुष्यात पहिल्यांदाच मी त्यांच्या चेहऱ्यावर भीतीचं सावट पाहिलं. बाहेरून त्यांनी धीटपणाचा आव आणला असला तरी मनोमन ते ईश्वराची करुणा भाकत होते. आम्हाला या संकटातून देवानं तारून न्यावं, असा ते धावा करत होते.

काही वेळानं माझे वडील मौनीच्या घरी जाण्यासाठी उठले. तिच्या घरच्या लोकांनासुद्धा या जमीनदाराच्या हवेलीत घेऊन येण्याचा त्यांचा विचार होता. त्यांनी आत्ता या परिस्थितीत कुठंही बाहेर पडू नये, असं माझ्या आईला वाटत होतं; पण आपला पती योग्य तेच काम करत आहे, याची तिला जाणीव होती. माझे वडील जायला निघताच मी पण उठले. त्यांनी मला बरोबर घेऊन जावं, असा मी हट्टच धरला. अखेर नाइलाजानं ते तयार झाले.

आम्ही चोरांसारखा रस्ता ओलांडला. एक एक पाऊल अतिशय जपून टाकत आम्ही चाललो होतो. जरा वेळात आम्ही मौनीच्या घरी पोहोचलो. घरासमोर जाताच माझ्या वडिलांनी माझं मनगट घट्ट पकडलं. मौनीच्या घरचं (बेरार घोर) स्वयंपाकघर गायब झालं होतं. त्या जागी नुसता एक राखेचा ढीग होता. मौनीच्या घरचे लोक त्या राखेच्या ढिगाऱ्यातच अडकले होते, का त्यांना पळून जाण्यात यश आलं होतं, हे कळायला काहीच मार्ग नव्हता. माझी मैत्रीण मौनी जगाच्या पाठीवर कुठं हयात आहे की नाही, हे आजही मला माहीत नाही. पण ती सुखरूप असेल, अशी मी आशा करते.

मी आणि माझे वडील पाठ फिरवून परत जायला निघाले, तेव्हा कुणीतरी आमच्याकडे टक लावून बघत असल्याची आम्हाला जाणीव

झाली. एका मुसलमान माणसाला आमच्याकडे असं रोखून बघत असल्याचं पाहून माझे वडील तर जागच्या जागी थिजूनच गेले. पण तो माणूस मला ओळखीचा भासला.

"हे पाहा, घाबरू नका. मी तुम्हाला काहीही इजा करणार नाही. मी काही इतका निर्दय नाही," तो माणूस माझ्या वडिलांना अदबीनं म्हणाला. मग त्यानं माझ्याकडे पाहिलं, "आणि बेटा, तू तर माझ्याशी इतकी कनवाळूपणे वागलेली आहेस. मी त्या उपकाराची परतफेड कशी करू?"

त्याच्या तोंडचे शब्द ऐकून आश्चर्यचकित नजरेनं माझ्या वडिलांनी माझ्याकडे पाहिलं. मी त्यांच्याकडे पाहून मान हलवली.

"पश्चिम बंगालला जाण्यासाठी मी तुम्हाला मदत करीन. योग्य वेळ येईपर्यंत तुम्ही माझ्या घरी राहा," तो माणूस म्हणाला.

पण माझ्या वडिलांचा त्याच्यावर विश्वास बसेना.

"माझ्यावर विश्वास ठेवा," तो माणूस अजिजीनं म्हणाला.

मी परत माझ्या वडिलांकडे पाहिलं. काही दिवसांपूर्वी मूक रुदन करत झाडाखाली बसून असलेल्या त्या माणसाबद्दल माझ्या डोळ्यांत गाढ विश्वास होता. माझ्या वडिलांनी माझे हात घट्ट पकडले. त्यांचे डोळे पाणावले होते. त्यांनी त्या माणसाकडे पाहून मान हलवली.

आमच्या घरच्या बाकी सर्वांना घेऊन मग आम्ही सलीमचाचांच्या घरी पोहोचलो. हो, त्यांचं नाव सलीम होतं. तिथं मी सकीनाला भेटले. ती माझ्यापेक्षा एका वर्षानं लहान होती आणि खूप सुंदर होती. त्यांचं घर छोटंसं होतं. बारा माणसांनी गर्दी करून एकदम तिथं राहणं तसं गैरसोयीचंच होतं. पण सलीमचाचांच्या घरच्या माणसांच्या मनातली आपुलकी आणि प्रेम यांमुळेच आम्हाला त्यांच्याकडे राहताना संकोचल्यासारखं झालं नाही.

त्या रात्री मला एक गोष्ट समजली. जगात फक्त दोन प्रकारचे लोक असतात : माणसं आणि माणसांच्या रूपात वावरणारे पशू. ते कोणत्याही धर्मात असतातच.

दुसऱ्या दिवशी सकाळी माझ्या आईनं आणि मी बुरखा परिधान केला, तर माझ्या वडिलांनी आणि भावांनी सलवार, कुर्ता आणि टोप्या घातल्या. अशा पेहरावात प्रवास करणं आमच्यासाठी सुरक्षित असेल,

असं सलीमचाचांना वाटत होतं. ते रेल्वे स्थानकावर आम्हाला सोडायला स्वतः आले. आम्ही बैलगाडीत बसून स्थानकाकडे निघालो.

एक तासाच्या बैलगाडीच्या प्रवासानंतर ते रेल्वे स्थानक आलं. आम्ही स्थानकापासून जरा दूर अंतरावर बैलगाडीतून उतरलो. बैलगाडीतून खाली उतरताना मी इकडेतिकडे पाहिलं. सगळीकडे माणसांची प्रचंड गर्दी होती. प्रत्येकालाच निसटून जायचं होतं.

इतक्यात गाडी आली. आयुष्याची नौका तर इतस्ततः भरकटत चालली होती. ती बुडून जलसमाधी मिळण्यापूर्वी स्वतःचा जीव वाचवण्याची सर्वांना ही अखेरची संधी होती. त्यामुळेच ट्रेनच्या दिशेनं लोकांची खेचाखेच सुरू झाली. आम्ही पण त्या गर्दीत ट्रेनमध्ये घुसलो. मी सलीमचाचांकडे पाहिलं. त्यांच्या डोळ्यांत अभिमान स्पष्ट उमटला होता. आजवरच्या आयुष्यात एक माणूस म्हणून, माणसुकीचं नातं जपण्यासाठी त्यांना जेवढं करणं शक्य होतं, तेवढं त्यांनी केलं होतं. आता अल्लाच्या नजरेला नजर देण्याची त्यांची तयारी होती. माझ्याकडे पाहत ते म्हणाले, "मीरा, एक लक्षात ठेव. कोणताही धर्म चुकीचा नसतो, कोणताही आत्मा हा मुळात वाईट, भ्रष्ट नसतो; पण कधीकधी माणसं चुकीच्या मार्गाला लागतात."

इतक्यात गाडीची कर्णकटू शिट्टी झाली. आमच्या काळजात एक कळ उठली. आपण आपल्या भूमीत परत माघारी कधीच येणार नाही, हे आम्हाला माहीत होतं. पण आपण सारे जिवंत आहोत, सगळे एकत्र आहोत, एवढंच एक समाधान होतं.

अत्यंत कठोर संघर्ष करावा लागला तरीही आयुष्य हे मौल्यवान असतंच. १९४७ सालच्या पावसाळ्यातल्या त्या भयंकर दिवसांनी मला काळ्यामिट्ट अंधारातही आयुष्यातल्या चांगल्या गोष्टींकडे पाहण्याची दृष्टी दिली. मला हे शिकायला मिळालं, की या विश्वात आपण एकदा जरी कुणाला प्रेम दिलं, तर पुढे आपल्या गरजेच्या वेळी ते प्रेम कुठूनतरी, कसंतरी आपल्यापर्यंत येऊन पोहोचतंच. अगदी अनपेक्षितपणे पोहोचतं.

"आजी, मग पुढे काय झालं ते सांग ना!" माझी आजी बोलता बोलता थांबल्यावर मी अधीरतेनं म्हणाले.

"त्यानंतर पुढे मग आयुष्य सुरू झालं," ती म्हणाली, "पण पुढची सगळी गोष्ट वेगळीच आहे. ती पुन्हा कधीतरी सांगेन."

"हो, पुन्हा कधीतरी सांग."

**– दृष्टी दासगुप्ता**

❖

# अग्निपरिक्षा

२०१३च्या दिवाळीत मी मनीषा रामकृष्ण हिला पहिल्यांदा भेटले. त्या वेळी ती कुठल्यातरी विनोदाला खळखळून हसत होती; एखाद्या शाळकरी मुलीसारखी! हसताना तिचे चमकदार डोळे अधिकच चमकत होते. एका कॉमन मित्रानं आमची ओळख करून दिली. त्या वेळी त्यानं असं सांगितलं, की २०१० सालच्या त्या महाभयंकर कार्लटन टॉवरच्या आगीतून जे काही लोक वाचले होते, त्यांतली एक ती होती. शॉर्टसर्किटमुळे एका ऑफिसची इमारत आगीत भस्मसात झाली होती. त्यात नऊ लोक मृत्युमुखी पडले होते, तर सत्तर जखमी झाले होते. या अपघातात मनीषानं आपला आवाज गमावला होता. तिच्या शरीरांतर्गत अवयवांनाही गंभीर स्वरूपाची हानी झाली होती. तेवढं पुरेसं झालं नाही की काय, म्हणून आता तिची त्या इमारतीच्या मालकांबरोबर कोर्टात लढाई चालू होती. आणि इथं ती माझ्यासमोर हसत-खिदळत दिवाळीच्या दिव्यांची आरास कशी सुंदर आहे, याविषयी बोलत बसली होती. त्या खोलीत जमलेल्या बायकांच्या रंगीबेरंगी साड्यांमुळे तिथं कशी रंगांची उधळण झाल्याचा भास होत आहे आणि बंगळुरूमध्ये रात्रीची कशी थंडी जाणवते आहे, यावर ती आनंदानं बोलत होती.

आमची नंतर व्यवस्थित ओळख झाल्यावर मी एकदा तिला विचारलं, "तू या इतक्या प्राणघातक संकटातून वाचल्यावरही तुझ्या मनात कटुता कशी नाही गं? तू इतकी आनंदी कशी काय राहू शकतेस?" त्यावर ती मोठ्यांदा हसत म्हणाली, "आपण मुळीच दुःखी व्हायचं नाही, असं मी ठरवून टाकलंय."

किंकाळ्यांचा आवाज वाढत चालला होता. रबर जळत असल्याचा उग्र वास अधिकाधिक तीव्र होत चालला होता. धुराचं काळंशार पांघरूण वातावरणावर पांघरल्यासारखं पसरलं होतं. जिकडेतिकडे काळ्या धुराचे वेडेवाकडे आकार भरून राहिले होते. मनीषा टेबलामागे लपून बसली होती. काळाकुट्ट धूर अक्राळविक्राळ स्वरूपात तिच्याकडे येत होता. जणूकाही खोबणीसाखे डोळे असलेली काळी कवटी तिला गिळंकृत करण्यासाठीच चाल करून येत होती.

"मनीषा मॅम... मनीषा मॅम!" ऑफिसमधला पोऱ्या फयाझ, जिवाच्या आकांतानं तिला हाका मारत होता. त्याच्या किंकाळ्यांनी ती भानावर आली, "आपल्याला ताबडतोब निघायला हवं."

धुरामुळे जिन्याकडे जाण्याचा रस्ता बंद झाला होता. ते सातव्या मजल्यावर होते आणि बाहेर पडायचं झालं तर खिडकीतून उडी मारणं, हा एकच मार्ग शिल्लक उरला होता. भीतीमुळे तिची बोबडी वळली होती. सगळा जीव घशात गोळा झाला होता.

तिच्या मनात तिच्या दोन मुलांचा विचार आला – 'माझी मुलं! माझं किती निरातिशय प्रेम आहे त्या दोघांवर!' तिची दोन मुलं हेच तिच्या आयुष्याचं सर्वस्व होतं. तिचं त्यांच्यावर प्राणापलीकडे प्रेम होतं. तिनं एकटीनं खंबीरपणे त्यांना वाढवलं होतं. तिच्या आयुष्यातला तो एक फार सुंदर अनुभव होता. मोठ्या कष्टांनी स्वतःला सावरत ती उठून उभी राहिली. तिनं आजूबाजूला नजर फिरवली. आजूबाजूला लोक जमिनीवर पडले होते. तिचे बॉस बालाजी तळमळत होते. त्यांना धुरामुळे उलट्या होत होत्या. ते हातानं पोट घट्ट दाबून विव्हळत होते. नेहमी खंबीर, कणखर असलेले बालाजी एखाद्या लहान बाळाप्रमाणे पाय पोटाशी घेऊन पडले होते.

खोलीत पलीकडच्या बाजूला अग्निनिरोधकाचं नळकांडं जमिनीवर पडलं होतं. 'आणीबाणीच्या काळात हा अग्निनिरोधक कसा वापरायचा, याचं ज्ञान कुणालातरी होतं का?' मनीषाच्या मनात आलं. शिवाय बाहेर आगीच्या ज्वाळांचं जे काही तांडव सुरू होतं, त्यापुढे या एवढ्याशा अग्निनिरोधकाचा कसा काय टिकाव लागला असता?

'आपण खिडकीच्या काचा फोडायचा प्रयत्न केला तर?' तिच्या मनात आलं.

"फयाझ, मला जरा मदत कर बघू," ती जोरात ओरडून म्हणाली. तिचा आवाज घोगरा झाला होता. फयाझ त्या अग्निनिरोधकाच्या नळकांड्यापाशी गेला. त्याचा तो झाडाच्या वाळक्या फांदीसारखा देह थरथरत होता. त्याला श्वास घेणं कठीण जात होतं.

'हा मुलगा ते नळकांडं कसं काय उचलणार आहे? ते तर त्याच्या स्वतःच्या वजनापेक्षाही जड असणार,' मनीषाच्या मनात आलं. तिनं दीर्घ श्वास घेतला; पण हवेत भरून राहिलेल्या विषारी कार्बन मोनॉक्साइड वायूमुळे तिच्या छातीत आग पडली. तिला खोकल्याची जोराची उबळ आली.

'काहीही झालं तरी मला हे केलंच पाहिजे,' तिनं स्वतःच्या मनाशी ठाम निर्धार केला. तो जडशीळ अग्निनिरोधक तिनं सर्व ताकदीनिशी उचलून खिडकीच्या काचेवर आदळला. त्या जोराच्या तडाख्याने खिडकीची काच फुटली. काचेचे तुकडे इतस्ततः पसरले.

खिडकीतून खालच्या बाजूला अग्निशामक पथकाच्या लोकांनी जाळं लावलं होतं. लोकांनी खिडक्यांमधून उड्या माराव्यात, असं ते ओरडून सांगत होते.

मनीषाची भीतीनं बोबडी वळली. 'आपण उडी मारावी का?' ती विचारात पडली. 'का कुणीतरी आपल्या सुटकेसाठी धावून येईपर्यंत इथंच वाट पाहत थांबावं?' तिला त्या विचारांनी मळमळू लागलं आणि चक्कर येऊन ती जमिनीवर कोसळली. वातावरणात भरून राहिलेल्या घातक वायूमुळे श्वास घ्यायला त्रास होत होता. तिच्या घशात आगीचा डोंब उसळला होता. ती मनोमन ईश्वराची करुणा भाकू लागली, 'परमेश्वरा, मी आता मरणार का रे? तुझं माझ्याकडे लक्ष आहे का?'

इतक्यात मनीषाला पावलांचा आवाज ऐकू आला. कुणीतरी सामानसुमानाची हलवाहलव करत होतं. ऑफिसमध्ये अजूनही अंधारच होता. खिडकीच्या फटीतून थोडाफार प्रकाश आत येत होता. पण आत सर्वत्र धुराचं साम्राज्य होतं. तिला बाहेरच्या बाजूनं संभाषणाचे आवाज ऐकू येऊ लागले.

"इथं जमिनीवर लोक पडले आहेत."

"त्यांना ताबडतोब बाहेर काढायला हवं!"

“पण मला इथं जरा उजेड हवा आहे. इथं केवढा अंधार आहे!”

मग एक आवाज आला, “अरे, इथं कुणी आहे का?”

मनीषानं सुटकेचा निःश्वास सोडला, “हो, हो. मी आहे. मला बाहेर काढा, प्लीज!” तिनं मोठ्यांदा ओरडण्याचा प्रयत्न केला, पण तिच्या तोंडातून आवाजच फुटत नव्हता. ‘आपण जोरात किंचाळायला हवं’ असा विचार करून तिनं सर्व शक्तिनिशी ओरडण्याचा प्रयत्न केला, पण काही उपयोग झाला नाही. तिच्या तोंडातून साधा कुजबुजता स्वरसुद्धा बाहेर पडला नाही. जरा वेळानं पावलं दूर निघून जात असल्याची तिला जाणीव झाली.

‘नाही, नाही,’ असं मनातल्या मनातच म्हणत ती रांगत रांगत तिच्या बसण्याच्या जागेवरून सरकली. ‘अहो, थांबा ना, प्लीज थांबा,’ तिला म्हणायचं होतं.

तिला आपलं शरीर जडशीळ झाल्यासारखं वाटत होतं. तिनं जिवाच्या करारानं स्वतःला ढकलत लोळण घेत घेत पुढं सरकण्याचा प्रयत्न केला; पण ती पावलं केव्हाच दूर निघून गेली होती. ‘नाही, हे असं होऊन चालणार नाही,’ ती स्वतःशी म्हणाली. ‘ते लोक परत इकडे येतील. त्यांना यावंच लागेल.’

त्यानंतर अनंतकाळ ती तशीच थांबलेली होती. परत एक आवाज तिथं उमटला. कुणीतरी येताना दिवे घेऊन आलं होतं.

“इथं कुणी आहे का?” तो विचारणा करणारा माणूस मनीषाच्या अगदी जवळ उभा होता. त्याच्या बुटांच्या चिखलाचा वास तिच्या नाकात भरला.

‘हो,’ ती मनातल्या मनात आक्रोश करत म्हणाली, पण आवाज उमटलाच नाही. तिनं एका हातानं पँटचा पाय घट्ट पकडला. तो माणूस दचकला.

“हे बघा, इकडं. कुणीतरी सापडलंय मला,” तो मोठ्यांदा ओरडला. त्यानं तिला हाताला धरून उभं केलं. त्याच्या मदतीनं ती सात मजले उतरून खाली आली. सात मजले उतरण्याचा तो प्रवास अत्यंत यातनामय होता. चार लोकांनी तिला आधार देऊन खाली आणलं. मुक्तीच्या दिशेनं एक एक पाऊल... आयुष्याच्या दिशेनं एक एक पाऊल...

"मॅडम, तुम्ही हसताय? छान, फारच छान!" तिच्या मदतीसाठी धावून आलेला तो पोलीस अधिकारी म्हणाला. "आम्ही तुम्हाला आधी तपासणीसाठी हॉस्पिटलमध्ये घेऊन जातोय. चालेल ना?"

ती होकार देत परत हसली. खरं म्हणजे कधी एकदा घरी जाऊन आपल्या मुलांना जवळ घेतो, असं तिला झालं होतं.

मग हॉस्पिटल. तिथला तो विशिष्ट वास. डॉक्टरांच्या चेहऱ्यावरचे धक्का बसल्यासारखे भाव, आणि अत्यंत प्रेमानं, आपुलकीनं वागणाऱ्या नर्सेस. 'हे सगळे लोक माझ्याकडे अशा नजरेनं का पाहतायत?' तिच्या मनात आलं.

लोकांची आपापसात चर्चा चालू होती. त्यांचा स्वर चिंताग्रस्त होता. त्यांच्या संभाषणाचे तुकडे अधूनमधून तिल्या कानावर पडत होते.

"सूज केवढी आलेली आहे, पाहा."

"त्यांना ताबडतोब अतिदक्षता विभागात हलवण्याची गरज आहे."

"मॅडम, तुम्हाला तातडीनं कृत्रिम श्वसन द्यावं लागणार आहे. आम्हाला तुमच्या श्वासनलिकेची एक छोटीशी शस्त्रक्रिया करावी लागणार आहे. त्यानं तुम्हाला श्वासोच्छ्वासाला मदत होईल," डॉक्टर आश्वासक स्वरात तिला म्हणाले.

पण तिला मात्र घरी जाऊन आपल्या मुलांना मिठीत घेण्याची घाई झाली होती.

दिवसांमागून दिवस चालले होते. दोन... तीन... दिवस? की दोन-तीन महिने?

या सगळ्याचा नक्की अर्थ लावण्याचा मनीषा प्रयत्न करत होती. पण संपूर्ण शरीरभर वेदनेचं मोहोळ उठल्यासारखं झालं होतं. जणूकाही हजारो खंजीर कुणीतरी शरीरात खुपसत होतं. नाकात, तोंडात, घशात, छातीत नळ्या होत्या. कधीकधी आजूबाजूला मृतदेह उचलून नेण्यात येत असल्याची जाणीव तिला व्हायची. लोकांचं रडणं, विव्हळणं ऐकू यायचं. घरच्यांचे चिंताग्रस्त चेहरे दिसायचे. तिचे वडील फायटर पायलट होते. धीरगंभीर चेहऱ्यानं ते तिच्याकडे बघत उभे असायचे. त्यांच्या चेहऱ्यावर काळजीचं सावट दिसायचं. खरंतर तिची आई किती खंबीर, कणखर होती; पण तिच्या चेहऱ्यावरही सुन्न झाल्याचे भाव उमटलेले असत. त्यांच्या जवळच तिची मुलं उभी असायची. मोठा

आकर्ष आणि धाकटा ध्रुव. दोघांच्याही डोळ्यांतून पाणी घळाघळा वाहत होतं. 'बाळांनो, नका काळजी करू रे. या संकटातून आपण सगळे पार पडणार आहोत,' असं तिला त्यांना सांगावंसं वाटत होतं.

मग ती कोमात गेली. तीन दिवस.

कित्येक आठवडे लोटले. आता कार्लटन आगीच्या दुर्धर संकटातून वाचलेल्यांपैकी ती एकटीच या हॉस्पिटलमध्ये उरली होती. बाकीच्यांना घरी पाठवण्यात आलं होतं.

हॉस्पिटलमधल्या कनवाळू, प्रेमळ नर्सेस तिला 'पर्फेक्ट पेशंट' म्हणायच्या. "या मनीषा मॅडमचं आपल्यावर इतकं प्रेम आहे, की त्या हॉस्पिटल सोडून जायलाच तयार नाहीत," एक तरुण तरतरीत नर्स गमतीनं म्हणाली.

अखेर तिला त्यांनी अतिदक्षता विभागातून बाहेर आणलं. कृत्रिम श्वसन थांबवण्यात आलं होतं. आता भरभरून श्वास कसा घ्यायचा, हे नव्यानं शिकायचं होतं. आणखी वेदना. आणखी खंजीर. तिचं वजन चाळीस पौंडांनी कमी झालं होतं. "झटपट वजन कमी कसं करायचं, ते मला विचारा!" ती स्वतःशीच हसून म्हणाली.

आणखी काही संभाषणाचे तुकडे कानावर पडत होते. काही लोक तिच्या वडिलांबरोबर पैशांसंबंधी चर्चा करत होते. "अतिदक्षता विभागात ठेवण्याबद्दलचा सर्व खर्च सरकार भरेल," कुणीतरी म्हणालं.

अचानक मनीषाला आठवण झाली. तिची पर्स इथंच कुठंतरी असणार. त्यात पैसे होते. ध्रुवच्या फीचे २५ हजार रुपये त्यात होते. मग तिला जाणीव झाली. त्या पर्सची, त्या पैशांची आगीत कधीच राखरांगोळी झाली असणार. ऑफिसमधल्या सामानसुमानाबरोबर, महत्त्वाच्या कागदपत्रांबरोबर ती पर्स आणि त्यातले पैसेही आगीत भस्मसात झाले असणार. "माती असशी, मातीस मिळशी," मनीषा पुटपुटली.

रात्रीच्या वेळी सर्व जण निघून गेल्यावर ती जेव्हा एकटी उरली, तेव्हा ती स्वतःच्या आयुष्याबद्दल विचार करू लागली. तिचा जीवनसंघर्ष, तिचा अपयशी संसार, आयुष्यात वेळोवेळी जाणवलेला पैशांचा अभाव. हे सगळं जरी असलं तरी त्याचबरोबर तिच्या जीवनात सकारात्मक गोष्टीसुद्धा होत्याच की. तिच्या सासू-सासऱ्यांचं तिच्यावर जिवापाड प्रेम होतं. त्यांनी सतत तिच्यावर मायेची पाखर घातली होती. तिच्या ऑफिसमधील

सहकाऱ्यांशीसुद्धा तिचे अत्यंत सलोख्याचे संबंध होते.

'मी अजून जिवंत आहे, हेसुद्धा माझं मोठं नशीबच आहे,' तिच्या मनात आलं. 'माझ्या शरीरानं हा केवढा मोठा लढा दिला आहे. आयुष्याला घट्ट चिमटीत पकडून ठेवण्यासाठी माणसाला दोन दोर मिळतात. एक चांगला दोर आणि एक वाईट दोर. त्यातला कोणता निवडायचा हे ज्याचं त्यानं ठरवायचं. मी चांगला दोर निवडला. मला आयुष्य भरभरून जगायचं आहे. मला सुखी व्हायचं आहे.'

तब्बल आठ महिन्यांनंतर मनीषाला हॉस्पिटलमधून घरी सोडण्यात आलं. अखेर घरी जायची परवानगी मिळाल्याबद्दल तिनं सुटकेचा निःश्वास सोडला. पण तिचं स्वरयंत्र कायमचं निकामी झालं होतं. इथून पुढे तिला बोलण्यासाठी 'ट्रॅकिओटॉमी ट्यूब' नावाच्या उपकरणाचा आधार घ्यावा लागणार होता. ही नळी तिच्या घशात कायमची घालून देण्यात आली होती. तिच्या मूत्रपिंडांना या अपघातात इजा झाली होती. तिच्या फुप्फुसांनाही इजा झाली होती. तिनं आरशात स्वतःच्या प्रतिबिंबाकडे निरखून पाहिलं. ती नुसती हाडाच्या सापळ्यासारखी दिसत होती. तिचे केस गेले होते. गालफडं दिसत होती. तिच्याच पूर्वीच्या प्रतिमेचं भूत असल्यासारखी ती दिसत होती. स्वतःचं ते रूप पाहून तिचे डोळे भरून आले. 'कशालाच काही अर्थ उरलेला नाही. आता इथून पुढे मी काय करू? कशी जगू?'

पण वाऱ्याच्या कुजबुजीसारखं तिचं आरशातलं प्रतिबिंब तिच्याशी बोलू लागलं – 'स्वतःची काळजी घे. तुझ्या दोन्ही मुलांची काळजी घे. तुझे आई-वडील, तुझे मित्र-मैत्रिणी, साऱ्यांना जप. तू तर घटस्फोट झालेला असतानासुद्धा तुझ्या मरणासन्न पतीची प्रेमानं सेवाशुश्रूषा केली होतीस. मग आता अशी स्वतःची शुश्रूषा कर. स्वतःवर प्रेम कर.'

'होय,' मनीषा त्या प्रतिबिंबाला म्हणाली, 'नक्की करीन.'

पण ते काम काही साधं, सोपं नव्हतं.

सर्वांत आधी शरीराकडे लक्ष पुरवणं गरजेचं होतं. आहार-विहार, व्यायाम यांची काळजी घ्यायला हवी होती. खोकी भरभरून औषधं होती. असंख्य तपासण्या होत्या, कागदपत्रांची पूर्तता करण्याचं काम तर अखंड चालूच होतं.

पण त्याहीपेक्षा महत्त्वाचं होतं मनाचा खंबीरपणा जपणं. मग ती

त्यासाठी पुस्तकांकडे वळली. तसंच समुपदेशकांकडे, मित्रमंडळींकडे आणि तिच्या स्वतःच्या मुलांकडे वळली. खिडकीबाहेर जांभळ्या फुलांनी डवरलेल्या झाडांकडे अनिमिष नेत्रांनी बघत बसण्याचा आनंद ती लुटत होती. बंगळुरूच्या सुंदर हवेचा आनंद अनुभवत होती. आपल्या मुलांबरोबर हसण्या-खिदळण्यात, त्यांना गोष्टीची पुस्तकं वाचून दाखवण्यात ती वेळ मजेत घालवत होती. ती आपल्या मित्र-मैत्रिणींना, ऑफिसमधल्या सहकाऱ्यांना लागेल ती मदत करत होती. कोपऱ्यावर फुलांचं दुकान टाकून बसलेल्या मुलीच्या घरच्या अडचणी सोडवायला मदत करत होती. मनीषाचं घर जखमी, आजारी प्राण्यांचं आश्रयस्थानच बनलं होतं. 'मला सर्वांची काळजी घेण्याची जात्याच आवड आहे,' असं ती स्वतःच्याच मनाला सांगत होती. 'आता माझ्या आयुष्याचं हेच ध्येय आहे, आनंद लुटणं आणि आनंद पसरवणं, हेच माझं जीवितकार्य आहे.'

शिवाय एकीकडे कायदेशीर बाबींसाठी लक्ष देणं चालूच होतं. स्वतःसाठी आणि इतर अपघातग्रस्तांसाठी तिला सतत कोर्टाचे उंबरठे झिजवावे लागतच होते.

अखेर तिला ऑफिसात पुन्हा कामावर रुजू व्हावं लागलं. मग ती कामावर जाऊ लागली. पण बहुराष्ट्रीय आयटी कंपनीच्या त्या नव्याकोऱ्या ऑफिसच्या इमारतीत तिच्या जिवाची धुमसट होऊ लागली. 'मी इथं काय करतेय? त्यापेक्षा मी माझ्या आवडीचं काम केलं पाहिजे. हे आयुष्य फार मोलाचं आहे. ते असं वाया घालवून चालणार नाही,' ती स्वतःशीच म्हणायची.

अखेर एक दिवस तिनं नोकरीचा राजीनामा दिला. आपल्याला ज्या गोष्टीतून सर्वांत जास्त आनंद मिळतो, तीच आपण करायची, असं तिनं ठरवलं. ती गोष्ट म्हणजे पाककला. तिनं आधी आपल्या मैत्रिणीच्या वाढदिवसाच्या पार्टीच्या केटरिंगचं काम घेतलं. पुढं अशी आणखी कामं मिळू लागली.

त्यांनतर एक दिवस असंच तिनं आणि तिच्या मुलांनी बाहेरून जेवण मागवलं होतं; पण ते इतकं बेचव होतं, की तिच्या तळपायाची आग मस्तकात गेली. "हे लोक एवढाले पैसे घेतात आणि या अशा चवीचं अन्न पाठवून देतात? मला तर आता वाटतंय, की या मालकाला

एक खरमरीत पत्र लिहून कळवावं, की यापेक्षा चांगलं जेवण तर मी बनवू शकते.'' ती अजूनही रागानं धुमसतच होती.

''अम्मा, तू शांत हो. तुला जर त्यांचा खरंच इतका राग आलाय, तर मग तू त्यांना पत्र लिहूनच टाक ना,'' आकर्ष म्हणाला.

मग तिनं तेच केलं. त्या लोकांना चांगलं खरमरीत पत्र लिहिलं. त्यानंतर तब्बल सात महिन्यांनी त्या लोकांचं उत्तरही आलं. तिच्याशी भागीदारीत व्यवसाय करण्यासंबंधी चर्चा करण्याची त्यांनी इच्छा व्यक्त केली होती.

पण त्यात एक महाकाय अडचण उभी ठाकली होती. तिचा मुकाबला मनीषाला करायचा होता. मनीषाला कार्लटन टॉवर्सला परत जावं लागणार होतं. तिनं आजवर अनेकदा तो प्रयत्न केला होता आणि तो फसला होता. भिंतीवरच्या त्या अक्राळविक्राळ, विद्रूप काळ्या डागांकडे लक्ष जाताच जणू तिच्या पायातलं सगळं त्राणच निघून जाई. आपल्याच काही सहकाऱ्यांनी त्या दिवशी आगीतून जीव वाचवण्यासाठी खिडकीतून उड्या मारल्या होत्या आणि त्यात त्यांना प्राणाला मुकावं लागलं होतं, ही बातमी ऐकून ती खचून गेली होती. त्या महाभयंकर प्रसंगाच्या आठवणींची भुतं अजूनही तिचा पिच्छा सोडत नव्हती. त्या कार्लटन टॉवर्सच्या भीतिप्रद ठिकाणापलीकडे नक्की एक शांत, सुंदर ठिकाण होतं. पण ते ठिकाण आपण कधी, कसं शोधायचं हाच तिच्यापुढे प्रश्न होता.

''ध्रुव, तू माझ्यासाठी एक फ्लॅश मॉब जमा करशील?'' एक दिवस मनीषानं आपल्या धाकट्या मुलाला विचारलं. (फ्लॅश मॉब : एखाद्या समूहानं अचानक एखाद्या सार्वजनिक ठिकाणी जमून केलेलं समूहनृत्य.)

तो प्रश्न ऐकून तिच्या मुलाला खूप आश्चर्य वाटलं, ''हो, करीन ना अम्मा; पण कुणासोबत?''

''मी आणि तुझे मित्र-मैत्रिणी... कार्लटनसमोर,'' मनीषा म्हणाली.

तिचा मुलगा जरा वेळ गप्प राहिला. मग तिच्याकडे बघून हसून म्हणाला, ''हो, करू या. नक्की करू या.''

२३ फेब्रुवारी २०१३ – कार्लटन आगीत जळून खाक झाल्यानंतर बरोबर तीन वर्षांनी- त्याच दिवशी मनीषा, ध्रुव, त्याचे काही मित्र

आणि या दुर्घटनेत ज्यांनी आपले आप्तस्वकीय गमावले होते, असे काही लोक एकत्र आले. त्यांनी 'कार्लटनच्या पलीकडे' असं समूहनृत्य सादर केलं. त्यांनी मृतांच्या नावे कागदी आकाशकंदिलांमध्ये दीप प्रज्वलित करून ते आकाशात सोडले.

अखेर मनीषाच्या जिवाला आराम मिळाला. मनात पिंगा घालणाऱ्या भुतावळीला तिनं यशस्वीरीत्या पळवून लावलं.

रामायणामध्ये स्वतःचं पावित्र्य सिद्ध करून दाखवण्यासाठी सीतेला अग्निपरीक्षेच्या दिव्याला सामोरं जावं लागलं. त्या दिव्यातून सीता सहीसलामत पार पडली. अग्नीच्या ज्वाळा तिच्या शरीराला स्पर्शही करू शकल्या नाहीत. सीतेचं पावित्र्य त्यातून सिद्ध झालं. मनीषा रामकृष्णन हिलासुद्धा तेवढंच महाभयंकर अग्निदिव्य करावं लागलं, आणि तिला तिचं जीवन परत मिळालं. तिच्या जगण्याचं मर्म खूप साध्या, खूप छोट्याशा गोष्टींमध्ये दडलेलं आहे, असं ती म्हणते : आयुष्यात प्राप्त होणाऱ्या छोट्या छोट्या आनंदाच्या क्षणांबद्दल अपरंपार कृतज्ञता!

**– सुप्रिया उन्नीनायर**

❖

# अमृत

माझी आई माझं सामान भरत असतानाच माझा मोबाइल फोन वाजू लागला. तिचं नाव माझ्या मोबाइलच्या स्क्रीनवर झळकलं. पण मग मला आमचं दोन दिवसांपूर्वीचं कडाक्याचं भांडण आठवल्यामुळे मी फोन बंद केला. मनातले भांडणाचे विचार दुसरीकडे वळवण्यासाठी विषय बदलत मी आईला म्हणालो, "अगं, पण त्यांनी माझ्या अंगावर लघवी करून ठेवली तर?"

आईची डावी भुवई ताणली गेली.

"तू काही तसाच लहानाचा मोठा झाला नाहीयेस! तू त्यांच्या मांडीवर बसून त्यांचे कपडे कितीदा खराब केले असशील, ते आठवून बघ. मग ही त्याचीच भरपाई आहे असं समज," आई म्हणाली.

आम्ही दोघंही चेहरे आंबट करून एकमेकांकडे बघत जोरात हसलो. मीसुद्धा मस्करीच करत होतो, हे आईला माहीत होतं. माझं माझ्या आजोबांवर किती जिवापाड प्रेम होतं आणि आता काही तासांतच त्यांची आणि माझी भेट होताच मी त्यांना प्रेमानं जवळ घेणार होतो, याची माझ्या आईला पूर्ण कल्पना होती. आजोबांची तब्येत गेल्या काही दिवसांपासून खूपच खालावत चालली होती. त्यांच्या इतर समवयस्क मित्रांप्रमाणे तेही आजारी होते, हे ऐकून मला किती यातना झाल्या होत्या, ते आईला माहीत होतं.

माझे आजोबा आता नव्वदीच्या घरात होते. वयाची पंचाऐंशी वर्षं पूर्ण होईपर्यंत त्यांची प्रकृती चांगली खणखणीत होती. पण गेली पाच वर्षं मात्र त्यांच्या तब्येतीची बरीच कुरबुर चालू होती. त्यांची दृष्टी अंधूक

झाली होती. आजकाल ते नुसते बसून राहत. परक्यासारखे. फारसं बोलत नसत. आम्ही कोण आहोत, हे त्यांना माहीत होतं; पण कधीतरी ते आमच्याकडे शून्य नजरेनं एकटक बघत राहत. माझ्या बहिणीकडे प्लॅस्टिकच्या आवरणात गुंडाळलेलं एक टेडीबेअर होतं. त्या ताणलेल्या प्लॅस्टिकसारखे त्यांचे डोळे निर्जीव भासत. बऱ्याचदा ते शांत पडून असत. मग अचानक अंगातून वेदनेची लहर चमकून गेली, की त्यांचं अंग थरारत असे. आणि गेल्या काही दिवसांपासून अचानक त्यांनी अंथरूण ओलं करण्यास सुरुवात केल्याचं मला कळलं होतं.

"आजी हे सगळं कसं निभावून नेतेय?" मी विचारलं.

"सोसतेय ती," आई म्हणाली.

"सोसतेय?" मी आश्चर्यानं म्हणालो. "आपल्या खाष्ट आजीबाईंनी आजोबांना अजून त्याबद्दल मार कसा काय दिला नाही, याचंच मला नवल वाटतंय," मी म्हणालो.

"गप्प बस हं," आई डोळे वटारून म्हणाली. माझ्या हातात भरलेली बशी देत ती म्हणाली, "तिचं त्यांच्यावर खूप प्रेम आहे. तुझा या गोष्टीवर विश्वास का बसत नाही, तेच मला कळत नाही."

मी मुकाट्यानं खाऊ लागलो. आता यात विश्वास न बसण्यासारखं काय होतं? अर्थातच प्रेम तर असणारच होतं. गेली साठ वर्षं संसार करत होते आजी-आजोबा. पण त्या दोघांचं एकमेकांवर प्रेम असल्याची साक्ष पटावी, असं काहीही त्या दोघांच्यात घडताना मी कधी पाहिलं नव्हतं. त्या दोघांचं लग्न कसं झालं, तो किस्साही मी अनेकदा ऐकला होता. परीकथेत शोभावं असलं काहीसुद्धा त्यांच्या बाबतीत घडलेलं नव्हतं. आजी एका सधन जमीनदाराची सर्वांत मोठी मुलगी. आजोबा एका गरीब शेतकऱ्याच्या पोटी जन्माला आलेलं एकुलतं एक अपत्य. खरंतर जुन्या प्रेमकहाण्यांप्रमाणे हे दोघं एकमेकांच्या प्रेमात पडायला हवे होते. पण तसलं काहीसुद्धा घडलं नाही. भूमिपुत्र असलेल्या आमच्या कथानायकानं आयकर विभागात मोठ्या हुद्द्याची सरकारी नोकरी पटकावल्यानंतर त्याच्या वडिलांनी या बड्या घरच्या स्थळाशी त्याचं लग्न जमवलं. अशा तऱ्हेनं श्रीमंत घरच्या कन्येचं गरीब घरातील मुलाशी लग्न झालं.

आजोबांनी स्वकर्तृत्वाच्या बळावर स्वतःची सामाजिक पातळी कितीही

उंचावली, तरीसुद्धा त्यांच्या शेणामातीनं सारवलेल्या गरीब घराचा आणि कुळाचा उद्धार केल्याशिवाय आजीला चैन पडत नसे. आजी तिच्या खेडवळ भाषेत बोलताना मधूनच एखाददुसरा इंग्रजी शब्द वापरायची. तिनं तसं केलं, की आजोबा मिस्कीलपणे हसून डोळे मिचकावत माझ्याकडे पाहायचे. आजीचं एक नेहमीचं गाऱ्हाणं असायचं. ती रडक्या सुरात म्हणायची, "माझ्या वडिलांनी मला या खेडवळ माणसाच्या गळ्यात बांधून माझं आयुष्य वाया घालवलं. या माणसानं जन्मभर शेतजमिनीचे आराखडे काढण्यापलीकडे दुसरं काहीच केलं नाही!" मग आजोबासुद्धा तिची खेचायचे. आजीनं आयुष्यभर गल्लाभरू हिंदी कादंबऱ्या वाचण्यापलीकडे दुसरं काहीही केलं नाही, असं त्यांचं म्हणणं असायचं. आजोबांचं त्यांच्या घरच्या मंडळींवर फार प्रेम होतं आणि त्यांच्याविषयी आजोबांच्या मनात एक खास जागा होती, याबद्दल आजीच्या मनात फार राग होता. तो ती वेळोवेळी व्यक्त करायची. आजीला सतत इतरांना फोन करून तासचे तास गुलुगुलु गप्पा मारायला आवडतं. तिला गावाच्या उचापती करण्यात भरपूर रस होता, त्याबद्दल आजोबासुद्धा तिला नेहमी नावं ठेवायचे. त्या दोघांच्याही मनात एकमेकांविषयी इतका आकस होता आणि असं असूनसुद्धा त्यांना एक नाही, दोन नाही, तर चांगली चार-चार अपत्यं कशी काय झाली, याविषयी मला प्रचंड आश्चर्य वाटायचं. बहुधा आजी तिच्या त्या गल्लाभरू हिंदी कादंबऱ्या वाचत असताना आणि आजोबा गावच्या शेतजमिनीचे आराखडे बनवत असतानाच त्या दोघांनी 'ते' काम पार पाडलं असावं की काय, अशी मला शंका होती.

"आजोबांची सध्याची परिस्थिती लक्षात घेता, आजी त्यांच्याबाबतीत फारच कठोर झाली असणार," मी स्वतःशीच पुटपुटलो.

आईनं ते ऐकून नकारार्थी मान हलवली खरी; पण मी जे काही म्हणालो ते बरोबरच होतं, याची मला कल्पना होती. गेली पाच वर्षं माझ्या आजीच्याही दृष्टीनं खूप वाईट, अंधारी गेली होती. अंधारी केवळ लाक्षणिक अर्थानं नव्हे; तर शब्दशःसुद्धा. ग्लूकोमामुळे तिचे दोन्ही डोळे अधू झाले होते. दृष्टीत थोडा तरी फरक पडावा म्हणून तिच्या एका डॉक्टरकडून दुसऱ्या डॉक्टरकडे अविरत खेपा चालू होत्या; पण कशानंच काही फरक पडला नव्हता. त्यामुळे तिच्या आत्म्याचं,

तिच्या मनाचं खच्चीकरण होत चाललं होतं. आत्मवंचना, संताप, निराशा या भावनांनी एखाद्याच्या मनाचा ताबा घेतला की त्यामुळे माणसाच्या हृदयातलं सारं प्रेम आटून जातं. आणि इथं मुळात आजीच्या हृदयात फारसं प्रेम होतं तरी कुठे?

माझी आई मात्र जोराजोरात मान हलवून माझं म्हणणं खोडून काढत होती – "त्या दोघांना परस्परांविषयी काय वाटतं, हे मला नीट ठाऊक आहे. तू बघशीलच," ती म्हणाली.

'मी पाहायचं तेवढं पाहिलेलं आहे,' माझ्या मनात आलं. माझे आजी-आजोबा एकेकटे चांगले होते, खूप चांगले होते; पण त्या दोघांना एकत्र आणायचा अवकाश, की काहीतरी 'केमिकल लोचा' त्या दोघांच्यात नक्की घडायचा. नाहीतरी समाजात अनेक संसारांमध्ये पतिपत्नीचं नातं हे असंच तर असतं; नाही का? माझ्या आजी-आजोबांनी तब्बल साठ वर्षं एकत्र संसार करूनसुद्धा त्या दोघांमध्ये प्रेम फुलू शकलेलं नव्हतं, तर मग माझं गेले सहा महिने चाललेलं प्रेमप्रकरण काय तग धरणार होतं, कपाळ! शिवाय त्यात प्रेमापेक्षा भांडण-तंटेच जास्त चालत.

तिचा परत फोन येत होता. मी कट केला. प्रेम हा खरंतर एक आग ओकणारा राक्षस असतो.

त्यानंतर बरोबर नऊ तासांनी मी माझ्या आजीसमोर उभा होते. ती तिच्या अधू डोळ्यांनी माझ्याकडे रोखून पाहत होती. मी एके काळी कसा दिसत असे याची आठवण काढून आत्ताचा मी कसा असेन, याची मनोमन कल्पना करत होती. जणूकाही माझा आवाज मनात साठवून त्या साहाय्यानं ती माझं कल्पनाचित्र रंगवण्याचा प्रयत्न करत होती. तिचं मन सध्या इतकं निराश झालं होतं, की कदाचित त्यामुळेच तिचा ताठा जरा कमी होऊन ती स्वतःसमोर वाढून ठेवलेल्या गोष्टीचा स्वीकार करायला शिकली असावी. पण तिची आत्मवंचना करण्याची वृत्ती अजूनही तशीच होती, आणि तो रागसुद्धा.

"आता माझ्याकडे यायला कुणालाच फुरसत नाही. मृत्यूसुद्धा येत नाही. जगात इतके लोक मरत असतात, पण मला काही मरण येत नाही. मी अशीच जगत राहणार. दुःख भोगत राहणार. हे असलं आंधळ्याचं जिणं माझ्या नशिबी आलं आहे. यातून आता काही माझी

सुटका नाही,'' आजीचं चालूच होतं.

''आजी, आजोबा कुठे आहेत?''

''पडले असतील इथंच कुठंतरी. आजकाल झोपा काढणं आणि अंथरूण ओलं करणं सोडून दुसरं काही करतात का ते? आणि खरं म्हणजे ते पाणीसुद्धा पीत नाहीत. आता अखेरपर्यंत मला आणखी काय काय सोसायला लागणार आहे, देव जाणे! हे घर म्हणजे नुसता नरक आहे नरक.''

''त्यांची आणखी एकदा तपासणी करून घ्यायला हवी.''

''मी सगळ्यांना सारखं हेच करत सांगत असते. पण कुणालाच त्यासाठी सवड नाही. मी तर आता सगळ्यांना हेच सांगितलंय, की म्हाताऱ्याला डॉक्टरकडे न्या, नाहीतर मसणात न्या, मला त्याच्याशी काहीही देणं-घेणं नाही.''

मग मी जेवणघरातून निघून पलीकडच्या छोट्याशा खोलीत गेलो. आजोबा हल्ली तिथंच झोपलेले असत. आत्तासुद्धा ते पलंगावर उताणे पडून होते, पण त्यांना झोप लागलेली नव्हती. मी त्यांच्या जवळ जाऊन त्यांच्या छातीवर डोकं टेकवलं. ते हसले. आता त्यानंतर काय होणार हे त्यांनाही माहीत होतं आणि मलाही. मी लहान असताना मला त्यांनी ज्या हजारो छोट्या छोट्या गोष्टी शिकवल्या होत्या, त्यात एक उडिया गाणं होतं. त्या गाण्याचे बोल मंत्रमुग्ध करून टाकणारे होते. ते माझ्या मनावर जणूकाही कोरले गेले होते. ते शब्द त्यांच्या कापऱ्या आवाजात ऐकताना मला खूप मजा वाटायची.

आत्तासुद्धा ते उठून बसले. त्या जुन्या गाण्याची आम्ही उजळणी करणार होतो.

*राहा राहा खयने बास्पिया सकता*
*देखीबी चिलिका चारू चित्रपता*

(आगगाडीच्या इंजिनानं हळूहळू जावं अशी भूमिपुत्र त्याला विनवणी करत आहे, म्हणजे त्याला आपल्या भूमीचं सौंदर्य जरा जास्त काळ निरखून पाहता येईल.)

खरंतर हे जग सोडून जायला निघालेल्या आत्म्याची ती हाक होती. 'मला थोडा काळ... आणखी थोडाच काळ थांबू दे' अशी ती विनवणी होती.

पण आम्हाला दोघांना मंत्रमुग्ध करणारा तो क्षण निसटला. आमची तंद्री एका नव्या बॉलिवूड चित्रपटातील कर्कश गाण्याच्या सुरांनी भंग पावली. हे सूर आजीच्या खोलीतून येत होते. मी मागे वळून पाहिलं. आजोबांच्या चेहऱ्यावरचे भाव बदलत होते.

जेवणाच्या वेळीसुद्धा आजी आणि आजोबा गप्प होते. ते एकमेकांशी काहीच बोलले नाहीत. पहिल्यापासूनच ते एकमेकांशी एक-दोनच शब्दांची देवाणघेवाण करायचे; पण आता तर तेवढंही बोलत नसत. गंमत अशी, की आम्हाला कुणालाच त्याचं काही वाटत नसे. जेवण झाल्यावर आजी उठून भिंतीला धरून चाचपडत कशीतरी तिच्या खोलीत निघून गेली. आजोबा तिच्याकडे नुसते एकटक बघत राहिले.

मी कधीही ओरिसाला आलो की माझ्या आजी-आजोबांजवळच झोपायचो. ही माझी अगदी लहानपणापासूनची सवय होती. पण अगदी आजपर्यंत ही माझी सवय टिकून होती. कधीतरी मी माझ्या मामेभावाबरोबर झोपून गेलो असलो, तरी मध्यरात्री उठवून धरून आजोबा मला त्यांच्या खोलीत घेऊन येत. आजची रात्रसुद्धा त्याला अपवाद नव्हती. आजसुद्धा आजी-आजोबांच्या घोरण्याला न जुमानता शांतपणे तिथंच झोपी गेलो.

झोपेत मला स्वप्न पडलं. स्वप्नात मी एका नदीच्या पात्रात तरंगत होतो. मी एकटाच नदीच्या थंड थंड पाण्यात होतो. पाणी अधिकाधिक गार होत चाललं होतं. नदीचं पात्र अधिकाधिक रुंदावत चाललं होतं. मी डोळे उघडले. माझ्या आजूबाजूला नदी वगैरे नव्हतीच. आजोबांनी अंथरूण ओलं केलं होतं. मच्छरदाणीतून धडपडत बाहेर येऊन मी दिव्याचं बटण शोधून दिवा लावला. गेले काही महिने ज्या गोष्टीबद्दल मी ऐकत होतो, ते मी स्वतः डोळ्यांनी पाहिलं. आजोबांचा पायजमा ओला झाला होता. वासही येत होता. पलंगावर अंथरलेल्या निळ्या चादरीवर तो ओलावा पसरत चालला होता. पण त्याहीपेक्षा त्या घडलेल्या गोष्टीचा आजोबांवर जो काही परिणाम झालेला होता, तो पाहून मी थिजून गेलो. त्यांचं सगळं शरीर थरथरत होतं. गिटारची तुटलेली तार कंप पावत राहावी, तसे ते कापत होते. एखाद्या लहान मुलाला कुणी चूक करताना पकडल्यावर त्याच्या चेहऱ्यावर जसे ओशाळवाणे भाव उमटतील, अगदी तसेच भाव आजोबांच्या चेहऱ्यावर उमटले होते. ते अर्धवट झोपेत कण्हत होते, विव्हळत होते. कडाक्याच्या थंडीत कुत्र्याचं पिलू रडावं, तसा त्यांच्या

रडण्याचा आवाज येत होता. ते एकीकडे लाथा झाडत होते, पण तो ओला पायजमा एखाद्या जळूसारखा त्यांच्या अंगाला घट्ट चिकटून बसला होता. मी माझ्या काकांना बोलावून आणण्यासाठी घाईघाईनं खोलीच्या बाहेर जायला निघलो, इतक्यात कसलातरी आवाज झाल्यामुळे दचकून मी थांबलो. तो माझ्या आजीचा आवाज होता. ती माझ्या आजोबांशी हलक्या आवाजात बोलत होती.

मग अचानक काहीतरी घडलं.

माझ्या आजोबांनी पांघरुणातून हात बाहेर काढून हळूच तिच्या दिशेनं सरकावला. मी मोठा आवंढा गिळला. आजीला तो हात दिसू शकला असता तर? आजीनं नक्कीच त्यांना प्रतिसाद दिला असता, असं माझ्या मनात आलं.

पण माझा तो समज चुकीचा होता. कारण ती त्यांच्या दिशेला वळली. तिनं पण स्वतःचा हात पुढे केला. तिला कळलं होतं. कसं कोण जाणे, पण तिला कळलं होतं! ती आजोबांच्या अंथरुणावरून चाचपडत हात फिरवत होती. ओल्या झालेल्या चादरीवरून तिची बोटं फिरत होती. ती आजोबांच्या हाताचा शोध घेत होती. अखेर दोघांच्या बोटांचा परस्परांना स्पर्श झाला. मग तिनं त्यांचा थरथरणारा हात हातात घेऊन दाबला. अगदी घट्ट दाबला. आजोबा खूप थरथरत होते. तिच्या हाताची पकड अधिकाधिक घट्ट होत चालली होती. आजोबांचं कापणं थांबत नव्हतं. पण तिनं त्यांचा हात अगदी घट्ट धरून ठेवला होता, एकदाही सोडला नव्हता.

दोघंही अगदी शांत होते. दोघांच्या नाडीचे ठोके तालात पडत होते. काही क्षणानंतर आजोबांचा हात ढिला पडला. हळूहळू त्यांच्या शरीराची थरथर, तडफड थांबली. ते झोपी गेले. आजीनं हाताची मूठ उघडून अगदी हलके स्वतःचा हात दूर केला. मी तिच्या चेहऱ्याकडे बघत होतो. तिच्या डोळ्यांतून एक अश्रू ओघळला आणि तो आजोबांच्या उशीवर टपकला.

दुसऱ्या दिवशी सकाळी माझ्या अंगावर जोरात खेकसून आजीनं तिच्या टेपरेकॉर्डरचा आवाज मोठा करायला सांगितला. आजोबा दातांच्या कवळीचा आवाज करत हसत खोलीबाहेर पडले. पण मला हसू फुटलं यासाठी, की खोलीबाहेर पडत असताना आजोबांनी खिडकीचे पडदे

सरकवून नीट केले. बाहेरून उन्हाची तिरीप आत येत होती. आजीच्या डोळ्यांना त्याचा त्रास होत होता, हे आजोबांच्या ध्यानात आल्यामुळेच त्यांनी पडदे सारखे केले होते. आजी आता मला मोठमोठ्यांदा हाका मारत सुटली होती. पुढच्याच आठवड्यात आजोबांचा वाढदिवस होता. त्या वेळी माझा काय बेत असणार होता, हे तिला जाणून घ्यायचं होतं.

मला एव्हाना एक गोष्ट नक्की कळून चुकली होती. आपल्या आजूबाजूला खूप सुंदर गोष्टी असतात, पण त्या आपल्या दृष्टीस पडतातच असं नाही. प्रेमाचंही असंच असतं. प्रेम हे असतंच; पण त्या प्रेमावर आपला विश्वास असावा लागतो.

मग मी माझा मोबाइल फोन हातात घेतला आणि तिचा नंबर लावला.

**– सत्यार्थ नायक**

❖

# नाही म्हणण्याचा हक्क

त्या गावच्या लोकांना ते गाव नसून शहर आहे, असंच वाटायचं. पण माझ्यावर मात्र त्या गोष्टीचा काही फारसा प्रभाव पडला नव्हता. एक 'रीकन्स्ट्रक्टिव्ह प्लॅस्टिक सर्जन' नक्की काय करतो, हे कुणालाच माहीत नव्हतं; पण आजूबाजूला इतके अपघात घडत, की गावातल्या हाडांच्या डॉक्टरना मात्र माझ्या कामाचं महत्त्व नीट कळून चुकलं होतं. आणि मला नोकरीची गरज होती. पण या नोकरीतल्या कामामधला सर्वांत कंटाळवाणा प्रकार म्हणजे बाह्यरुग्ण विभागात बसणं.

इतक्यात एक तरुण जोडपं आत येताना दिसलं. माझ्या मनातल्या आशा पल्लवित झाल्या. त्या जोडप्यातली तरुणी सुरेख होती आणि चांगली गुटगुटीत होती. बाळसेदारच म्हणा ना. हिला काय बरं करून घ्यायचं असेल? लायपोसक्शन नावाची शस्त्रक्रिया करून शरीरातली चरबी काढून घ्यायची असेल, का नाकाचा आकार बदलून घ्यायचा असेल? मी तिच्याबरोबर आलेल्या माणसाकडे एक दृष्टिक्षेप टाकला. तो चेहऱ्यावरूनच खडूस दिसत होता. त्याच्या चेहऱ्यावर वैतागल्याचे भाव दिसत होते. त्याचे केस पुढून विरळ होत चालले होते. त्याला बऱ्यापैकी टक्कल पडत चाललं होतं. 'या माणसाला हेअर ट्रान्सप्लान्ट तर करून घ्यायचं नसेल ना?' माझ्या मनात आलं.

पण नाही, तसं नसणार. कुठंतरी काहीतरी गडबड होती हे नक्की. त्या मुलीचा चेहरा रडवेला दिसत होता आणि त्या माणसाचा रागीट.

त्या माणसानं खेकसल्यासारख्या आवाजात स्वतःची आणि स्वतःच्या पत्नीची ओळख करून दिली. त्यांचं लग्न होऊन थोडेच दिवस झाले

होते. तो म्हणाला, "डॉक्टर, ही कुमारिका नव्हती. तिचा कौमार्यभंग लग्नाआधीच झाला होता. पहिल्या रात्रीच ते मला समजून चुकलंय. मी काही मूर्ख नाही. मला या असल्या गोष्टी नीट समजतात," तो अत्यंत कडवटपणे ठाम स्वरात म्हणाला. त्याच्या आवाजाला विखारी धार होती.

"नाही हो, नाही. मी देवाशपथ सांगते..." ती मुलगी रडत म्हणाली. मग मान खाली घालून नुसतीच मुळूमुळू रडत राहिली.

मी जरा अडखळतच त्या दोघांना काही शास्त्रीय गोष्टी समजावून सांगू लागलो. काही स्त्रियांचं योनिपटल अत्यंत नाजूक असतं. सायकल चालवणं, व्यायाम करणं अशा साध्याशा क्रियांनीसुद्धा ते फाटू शकतं, किंवा कधीकधी ते अति नाजूक असल्यामुळे ते केव्हा फाटलं हे लक्षातही येत नाही, असं मी त्यांना स्पष्ट करून सांगितलं. मग मी जरा वेळ शांत राहिलो. पण त्यांना पटलं होतं की नाही, ते कळायला काही मार्ग नव्हता.

त्या माणसानं माझ्या बोलण्याला काही फारशी किंमत दिलीच नाही. तो म्हणाला, "मी तिला माफ करायला तयार आहे," त्याच्या आवाजात आढ्यता होती. "तुम्ही फक्त माझं इतकंच काम करा- तुम्ही तिच्यावर शस्त्रक्रिया करून ते सगळं पहिल्यासारखं दुरुस्त करून द्या!"

"काय?" माझ्या तोंडून आपोआप आश्चर्योद्गार बाहेर पडला. माझ्या चेहऱ्याची घडी अशा प्रकारे खरंतर कधी विस्कटत नसे. मी माझ्या चेहऱ्यावर माझ्या मनातले भाव कधी प्रकट होऊ देत नसे.

मी पुन्हा तोंड उघडून बोलण्याआधी नीट विचार केला. मग मी शांतपणे म्हणालो, "हे पाहा, कौमार्य ही केवळ एक संकल्पना आहे. तुम्ही त्या गोष्टीचा इतका बाऊ केला पाहिजे की नाही, हा सर्वस्वी तुमचा प्रश्न आहे. तुमच्या पत्नीचा लग्नापूर्वी कौमार्यभंग झालेला नव्हता, अशी तिनं तुम्हाला ग्वाही दिलेली आहे. ती खरंतर पुरेशी आहे. पण अशा प्रकारे योनिपटल शस्त्रक्रियेनं दुरुस्त करून त्यानं काय सिद्ध होणार आहे?"

"पण मला ते समाधान हवं आहे," तो माणूस घृणास्पद हास्य करत म्हणाला.

"तुम्हाला ते समाधान मिळणार नाही. निदान माझ्या हातून तरी

नाही,'' मी म्हणालो.

"तुम्हाला नक्की काय म्हणायचंय?''

"हे पाहा, मी ही शस्त्रक्रिया करणार नाही. तुम्ही दुसऱ्या कोणत्याही सर्जनकडे जाऊ शकता,'' मी म्हणालो. मी माझ्या मताशी ठाम होतो.

त्याचे डोळे क्रोधानं विस्फारले. रागानं चेहरा लाल झाला. मी अत्यंत शांतपणे त्याच्याकडे एकटक बघत राहिलो. कदाचित हा रागानं बेभान होऊन आपल्या अंगावर चाल करूनसुद्धा येऊ शकेल, अशीही मी मनाची तयारी ठेवली होती.

पण तो त्या तरुणीला घेऊन रागानं धुमसतच बाहेर पडला. त्यांच्या पाठोपाठ मीसुद्धा बाहेर पडलो. सुगुणन नावाचा तरुण सहायक त्या दोघांकडे रोखून बघत उभा असलेला मला दिसला. "ती मुलगी माझ्या ओळखीची आहे,'' तो पाठमोऱ्या जोडप्याकडे बघत म्हणाला, "अहो ती नंदिनी, माझ्या शेजारीच राहते. मी त्या दोघांच्या लग्नालासुद्धा गेलो होतो.'' पण सुगुणन तसा हुशार होता. ते दोघं माझ्याकडे नक्की कशासाठी आले होते याची चौकशी न करण्याचा सुज्ञपणा त्याच्या अंगी होता.

दुसऱ्या दिवशी सकाळी मी पोहोचलो, तर बाह्यरुग्ण विभागात ती कालची तरुणी एकटीच वाट बघत थांबली होती. तिचे डोळे रडून सुजले होते.

"डॉक्टर, प्लीज तुम्ही माझ्यावर ती शस्त्रक्रिया करा ना हो!'' ती हात जोडून विनवणी करत म्हणाली, "तुम्ही शस्त्रक्रिया केली नाहीत, तर मी आयुष्यातून उठेन.''

ही सगळी परिस्थितीच फार क्लेषदायक होती. अशा घटना कधीकधी आपल्या आयुष्यात घडतात. तुम्हाला एखाद्या गोष्टीचं खूप वाईट वाटतं, पण तरीही माझी काही त्या मुलीवर ती शस्त्रक्रिया करण्याची मानसिक तयारी होईना. कारण ती शस्त्रक्रिया करणं नैतिकदृष्ट्या मला योग्य वाटतच नव्हतं. आपल्याला कुणीतरी चरकात घालून पिळून काढतंय, असं मला वाटू लागलं.

ती रडतच माझ्या खोलीतून बाहेर पडली. योनिपटलाची शस्त्रक्रिया करून ते पूर्ववत करून देण्याची तिची विनंती मी धुडकावून लावली होती.

सुगुणन दरवाजाच्या बाहेरच उभा होता. तिला असं रडत बाहेर पडताना पाहून त्याला आश्चर्याचा धक्का बसला असावा. तिनं जाता जाता त्याच्याकडे पाहून केविलवाणं हास्य केलं. त्यानं चौकस नजरेनं माझ्याकडे पाहिलं.

"ती तुझी मैत्रीण आहे ना?" मी म्हणालो. "अरे, ती जरा अडचणीत सापडली आहे. तू तिच्याशी जरा बोलून बघशील का?" मी अचानक कुठल्याशा अंतःप्रेरणेनं म्हणालो.

सुगुणन पळतच तिच्यामागे गेला.

मी पुढच्या रुग्णाला आत येण्याची खूण केली. ते एक जोडपं होतं. त्यातला माणूस गंभीर चेहऱ्याचा आणि जाडजूड होता. त्याच्या बरोबरची तरुणी काळीसावळी, आकर्षक होती. तिचाही चेहरा रडवेला, डोळे सुजलेले होते.

'चला, आता यांचं काय?' मी स्वतःशीच म्हणालो.

माझ्यासमोर अशा तरुण मुली रडत असल्या, की माझी मनःस्थिती एकदम विचित्र होऊन जाते. काही माणसं दुसऱ्या बलदंड माणसांना पाहून जशी घाबरतात, तसा रडणाऱ्या स्त्रियांपुढे मी एकदम हतबल, हताश होऊन जातो. एखादी स्त्री रडताना दिसली, की मला तिथून पळ काढावा आणि थेट शेजारच्या गावात जाऊन पोहोचावं, असं वाटू लागतं. पण आपल्याला सरकारनं लादलेले कर जसे चुकवता येत नाहीत ना, तसाच या रडक्या स्त्रियांपासून पळसुद्धा काढता येत नाही. पाढे पाठ करणं, किंवा कंटाळवाण्या माणसांच्या तोंडी लागणं जसं कुणाच्याही नशिबाला चुकत नाही, तसंच हेही आहे. स्त्रियांच्या डोळ्यांतील पाण्याला कारणीभूत ठरणाऱ्या सर्वच्या सर्व पुरुषांचा त्या क्षणी मला संताप आला. स्त्रिया नाजूक असतात, सुंदर असतात; त्यांचा सांभाळ करावा, हे या पुरुषांना का समजत नाही? पुरुष स्त्रियांची काळजी का घेत नाहीत? त्यांच्याशी नीट का वागत नाहीत? त्या वेळी मी एक गोष्ट सोयीस्कररीत्या विसरलो होतो, की माझा स्वतःचा आजवरील आयुष्यात अनेकदा स्त्रियांशी संपर्क आला होता आणि अनेकदा त्यांच्या डोळ्यांतील अश्रूंना मी स्वतःच कारणीभूत झालेलो होतो.

मी त्या माणसाकडे जरा रागानं बघत म्हणालो, "काय झालं? माझी काय मदत हवीय तुम्हाला?"

तो माणूस घसा साफ करत म्हणाला, "अं... हिचं नाक काही बरोबर नाही. तिला जरा मोठं नाक हवं आहे."

मी त्या मुलीच्या लहानशा; पण सरळ नाकाकडे पाहिलं. याच्याइतकं सुरेख नाक कधी असू तरी शकेल का? खरंतर तिचा संपूर्ण चेहराच समतोल, सुंदर होता.

"माझ्या मते हिचं नाक अगदी छान आहे. यात आणखी काही सुधारणा घडवून आणणं फारच कठीण आहे. पण मला सांगा, या नाकात नक्की काय अडचण आहे?" मी सावधगिरीनं विचारलं. नाकांच्या शस्त्रक्रियांच्या बाबतीत मी नेहमीच फार सावधगिरी बाळगत असे. विशेषतः स्त्रियांच्या तक्रारी पुरेशा सुस्पष्ट नसतील आणि त्यांचं नाक फार काही वेडंवाकडं किंवा विचित्र नसेल, तेव्हा तर मी जास्तच काळजी घ्यायचो. शिवाय आम्हा कॉस्मेटिक सर्जन्सच्या विश्वात एक आख्यायिका प्रचलित होती. नाक सुंदर बनवून घेण्यासाठी आलेल्या रुग्णांचं शस्त्रक्रियेनंतर समाधान न झाल्याच्या कारणावरून रुग्णांनी सर्जनचा खून केल्याच्या एकंदर सात घटना घडल्या आहेत, अशी आमच्या विश्वात वंदता होती. मला आठवा बळी व्हायचं नव्हतं!

"ठीक आहे, मग निदान तुम्ही हिच्या हनुवटीचं तरी काहीतरी करू शकाल का? हवं तर ती थोडी लांब करा. नाहीतर असं करा, थोडी लहान करा," तो माणूस घाईघाईनं म्हणाला.

मी त्याच्याकडे बघतच राहिलो.

तो घाईघाईनं स्वतःची चूक दुरुस्त करत म्हणाला, "म्हणजे हिची हनुवटी लहानच आहे; पण आणखी थोडी लहान करा. हिची हनुवटी आत्ता आहे त्यापेक्षा जरा लहान केलीत, तर हिच्या चेहऱ्याचा सुंदर समतोल साधेल, असं नाही का वाटत तुम्हाला?"

त्याचं ते बोलणं ऐकल्यावर मात्र माझ्याच मनाचा तोल ढळला. मी रागानं म्हणालो, "या सगळ्या शस्त्रक्रिया मी कराव्यात ही नक्की तुमची इच्छा आहे, का या मुलीची? ती स्वतःतर काहीच बोलत नाहीये. तुम्ही तिला जबरदस्तीनं माझ्याकडे घेऊन आला आहात का? आणि कशासाठी?" माझा आवाज आता चांगलाच चढला होता.

"नाही डॉक्टर, ही शस्त्रक्रिया मलाच हवी आहे," ती मुलगी तोंड उघडून पहिल्यांदाच बोलली.

"तुला नक्की काय हवं आहे?"

"माझा चेहरा सगळा चुकीचा आहे," ती म्हणाली.

"तुला तुझ्या चेहऱ्यामधली नेमकी कोणती गोष्ट खटकते, हे आधी मला समजलं पाहिजे. त्याशिवाय मी तुला कशी काय मदत करू शकणार बरं?"

"माझे डोळे, भुवया, नाक आणि हनुवटी- सगळंच चुकीचं आहे. मला माझ्या चेहऱ्याची लांबीसुद्धा आवडत नाही. मला चंद्रासारख्या आकाराचा चेहरा हवाय. त्यासाठी माझं नाक आणि हनुवटीसुद्धा बदलावी लागेल," तिच्या आवाजात निराशा स्पष्ट दिसत होती.

हा एक प्रकारचा मनोविकारच होता; पण तिच्याबरोबर आलेला हा माणूस या बाबतीत तिची बाजू का घेत होता? अचानक माझ्या डोक्यात प्रकाश पडला. मी त्या मुलीला थेटच विचारलं, "पण लोकांनी तुला ओळखू नये, असं तुला नक्की कशामुळे वाटतंय? कारण तुला तुझा संपूर्ण चेहराच बदलून घ्यायचाय. मला त्याचं कारण कळेल का?"

मी त्या दोघांना कोंडीत पकडलं होतं, हे मला लगेच त्यांच्या चेहऱ्यावरील भावावरून समजलं. पण त्यानंतर त्यांनी त्यांची आगळीवेगळी कहाणी मला सांगितली.

मेरीचे वडील सतत आजारी असत. तिला एक भाऊ होता. त्याचं कॉलेजचं शिक्षण तिला करायचं होतं. नाइलाजानं पैसा मिळवण्यासाठी तिनं वेश्याव्यवसायाचा मार्ग पत्करला. एकाच वर्षात तिला खूप बडी बडी गिऱ्हाइकं मिळाली, भरपूर पैसा मिळाला. त्याच सुमारास सुनील तिच्या आयुष्यात आला. त्याची ती पहिलीच वेळ होती. तिला पाहताक्षणीच तो तिच्या प्रेमात पडला. त्यानं तिला लग्नाची मागणी घातली; पण तो व्यवसायानं ड्रायव्हर होता. त्याचे अनेक मित्र आणि व्यवसायबंधू मेरीला ओळखत होते. मेरी स्वतःच्याच कलंकित चारित्र्याच्या गर्तेत फसली होती.

सुनीलशी लग्न करण्यासाठी ती कोणताही त्याग करायला तयार होती. त्याचंसुद्धा तिच्यावर खूप प्रेम होतं; पण एका वेश्येशी लग्न करणं, ही काही सोपी गोष्ट नव्हती. त्यानंतर वाट्याला येणारी अवहेलना, कुचेष्टा या सगळ्याला तो तोंड देऊ शकला असता का? त्या जोडप्यासमोरचं

खरं आव्हान तर हेच होतं. आणि त्यांच्या मते माझी मदत घेणं, हा त्यावरचा उत्तम उपाय होता.

"मी अशा प्रकारची शस्त्रक्रिया तर करू शकणार नाही; पण तुमची मदत करण्यासाठी मी आणखी काही करू शकतो का ते पाहतो," मी म्हणालो.

मी खिशातून मोबाइल काढून संदीपचा नंबर लावला. संदीप माझा अगदी जवळचा मित्र होता. वैद्यकीय महाविद्यालयात आम्ही दोघं बरोबर होतो. आता दुबई आणि अबूधाबी येथे त्याच्या क्लिनिक्सची शृंखलाच होती.

संदीपशी जरा वेळ हवापाण्याच्या गप्पा मारून झाल्यावर मी मूळ विषयाला हात घातला, "तुझ्याकडे इतक्या ॲम्ब्युलन्स आहेत. त्यासाठी तुला एखाद्या ड्रायव्हरची गरज आहे का?" मी म्हणालो.

या घटनेला एक वर्षं लोटलं. मी दुबईला कामासाठी गेलो असताना संदीपला भेटायला गेलो, तेव्हा सुनील आणि मेरी यांनी मला घरी बोलावून माझा थाटामाटात पाहुणचार केला. त्यांचा छोटासाच; पण नीटनेटका फ्लॅट होता. पाळण्यात त्यांची एक महिन्याची मुलगी झोपली होती. ती खूप सुंदर होती. झोपेत हसत होती.

"अरे वा, तुम्ही अगदी झटपट काम केलेलं दिसतंय!" मी सुनीलकडे पाहून डोळे मिचकावत म्हणालो.

"तुम्हीसुद्धा आमची समस्या अगदी झटपट सोडवलीत की!" सुनील म्हणाला. मग तो म्हणाला, "आता तुमच्यासाठी एक आश्चर्याचा सुखद धक्का आहे हं. कुणीतरी खास व्यक्ती आत्ता तुम्हाला भेटायला येणार आहे."

इतक्यात दरवाजाची घंटी वाजली. सुनीलनं दार उघडताच माझा पूर्वीचा मदतनीस सुगुणन आत आला. सहा महिन्यांपूर्वीच तो भारतातली नोकरी सोडून दुबईला आला होता. नोकरी मिळवण्यासाठी त्यानं संदीपकडेच मदत मागितली होती. त्यासाठी माझ्याकडून शिफारसपत्रसुद्धा घेतलं होतं. त्यामुळेच सुगुणनला पाहून मला काही फार मोठा आश्चर्याचा धक्का वगैरे बसला नाही; पण त्याच्याबरोबर उभ्या असलेल्या नंदिनीला पाहून मात्र मी खरोखरच आश्चर्यचकित झालो. त्यानं एक हात नंदिनीच्या कमरेभोवती घातला होता. नंदिनीनं पूर्वी माझ्यापाशी केलेल्या त्या

'विचित्र विनंती'मुळे ती माझ्या चांगली लक्षात राहिली होती.

"आम्ही दोघं पळून गेलो," सुगुणननं मला स्पष्ट करून सांगितलं. "तिनं घटस्फोटाचा अर्ज केलाय."

सुनीलच्या घरातून बाहेर पडल्यावर मी विचार करू लागलो. या दुनियेची तऱ्हा खरंच न्यारी असते. माझ्या मनात विविध विचारांचा गोंधळ उडून गेला. एकीकडे कुमारिका तर दुसरीकडे वेश्या आणि त्यांच्या आयुष्यात आलेले पुरुष, त्यांचे भिन्न-भिन्न दृष्टिकोन. मग माझ्या मनात योगायोगाविषयीसुद्धा विचार आला. या गोष्टीला योगायोग म्हणायचा का नशिबाचा खेळ?

त्यानंतर भारतात परत येऊन मी हॉस्पिटलमध्ये नेहमीच्या कामावर रुजू झालो. हॉस्पिटलचे व्यवस्थापक पुनीत मला भेटायला आले. ते म्हणाले, "डॉक्टर, तुम्ही एक उत्कृष्ट सर्जन आहात याची आम्हाला पूर्ण कल्पना आहे; पण तुमचा 'कन्व्हर्शन रेट' काही म्हणावा तितका चांगला नाही."

हॉस्पिटलच्या अर्थकारणात नेहमी 'कन्व्हर्शन रेट' असा शब्दप्रयोग केला जातो. डॉक्टरांकडे रुग्ण जेव्हा सल्ला घेण्यासाठी येतात, तेव्हा त्यातले किती रुग्ण त्या डॉक्टरांकडून त्या हॉस्पिटलमध्ये शस्त्रक्रिया करून घेतात आणि पर्यायानं शस्त्रक्रियेसाठी भरभक्कम पैसे मोजतात, याचं ते गणित असतं. कारण हे पैसे हॉस्पिटलला मिळणार असतात.

मी म्हणालो, "लायपोसक्शनच्या एका शस्त्रक्रियेमधून (शरीरातील जास्तीचा मेद काढून टाकण्याची शस्त्रक्रिया) हॉस्पिटलला पन्नास हजार रुपये मिळतात!"

पुनीत प्रश्नार्थक मुद्रेनं माझ्याकडे बघत राहिले.

"एक ऱ्हायनोप्लास्टी (नाकाची शस्त्रक्रिया)- साठ हजार रुपये."

"आणि चुकीच्या शस्त्रक्रियेसाठी नकार देण्याचा हक्क- अमूल्य."

**– जिमी मॅथ्यू**

❖

# माझ्या वडिलांचा चश्मा

पन्नाशी उलटलेल्या जवळपास सगळ्याच सरकारी कर्मचाऱ्यांप्रमाणे माझ्या वडिलांकडेसुद्धा दोन चश्मे होते. एक वाचण्याचा चश्मा आणि दुसरा दूरचं पाहण्याचा चश्मा. ऐंशीच्या दशकात तशीच प्रथा होती. त्या काळी लोकांकडे यापेक्षा वेगळे पर्याय उपलब्धच नसत.

त्या काळी मी विशीच्या आतली बंडखोर मुलगी होते. माझी ती बंडखोर वृत्ती ही आमच्या घरच्यांच्या दृष्टीनं एक समस्याच होती. पण त्यापेक्षाही अधिक मोठी समस्या म्हणजे माझ्या वडिलांचा चश्मा. माझ्या रागाचा उद्रेक जेवढा वेळ व्हायचा, त्याहूनही जास्त वेळा माझ्या वडिलांचा चश्मा हरवायचा. आणि तो हरवला की शोधून देण्याचं काम कुणाचं असायचं? अर्थात माझंच!

आमचं पाच जणांचं कुटुंब होतं. त्यांतली मी सर्वांत लहान. घरी आजी, आई, वडील, मोठी बहीण आणि मी. घरातल्या प्रत्येकाचीच माझ्याविषयी काही ना काही तक्रार होती. आजीला वाटे, मी मुलगी असूनही फार उनाड होते. आईला वाटे, मी फार भांडकुदळ असून, सारखी हमरीतुमरीवर येते. आणि आमच्या ताईचं म्हणाल, तर मी तिची बहीण होते, एवढंच कारण तिला पुरेसं होतं! माझ्या मते, या असल्या लोकांशी देवानं माझी गाठ बांधली होती, हेच माझं केवढंतरी दुर्दैव होतं. घरातल्या फक्त एकाच व्यक्तीला माझा कधी काही त्रास वाटत नसे- ती व्यक्ती म्हणजे माझे वडील. त्यामुळेच त्यांनी मला कधीही कोणतंही काम सांगितलं, की मी ते करायला एका पायावर तयार असे. त्यांना मी ‘नाही’ म्हणण्याचा प्रश्नच

नव्हता. माझे वडील मला नेहमी नेहमी त्यांचा हरवलेला चश्मा शोधण्याचं काम द्यायचे.

त्यांचा चश्मा हरवल्यावर तो हमखास शोधून देण्याचं काम घरात फक्त मलाच जमतं, असा माझ्या वडिलांचा दावा होता आणि स्वतःच्या त्या खुबीवर मी मनातून भलतीच खूश होते. मला त्याबद्दल स्वतःचा अभिमान वाटत असे.

उन्हाळ्याची सुट्टी होती. एक दिवस सकाळी उठल्यानंतर माझं आणि माझ्या ताईचं चांगलंच भांडण जुंपलं. आम्हा दोघींची खोली एकच होती. त्यामुळे दोघींपैकी कुणाचा पलंग खिडकीपाशी ठेवायचा, यावरून ते भांडण सुरू होतं. आम्ही आमच्या खोलीतल्या सामानाची मांडणी नेहमी बदलायचो. खोलीतल्या भिंतीवर सिने तारे-तारकांची चित्रं आणि अत्याधुनिक म्हणी, वाक्प्रचार इत्यादी लटकत असायचे. आमच्या भांडणाचा आवाज ऐकून आई खोलीत येऊन आमची कानउघाडणी करू लागली. अचानक वडील मला हाक मारून म्हणाले, "विभा, माझा वाचायचा चश्मा कुठे दिसत नाहीये तो. जरा ये ना इकडे आणि मला शोधून दे बघू पटकन."

मग आम्हाला रागावता रागावता थांबून आई म्हणाली, "जा, आधी त्यांचा चश्मा शोधून दे, नाहीतर त्यांना ऑफिसला जायला उशीर होईल."

मी खोलीतून बाहेर पडून पळतच जिना उतरून खाली गेले. मी स्वतःशीच पुटपुटत होते, "जेव्हा कधी कुणाचं काही काम निघतं, तेव्हा ते मीच करायचं; पण जेव्हा मला काही हवं असतं, तेव्हा लोक मलाच समजून घ्यायला सांगतात. ताईची बोर्डाची परीक्षा आहे ना, मग ती जे काही म्हणेल ते मी ऐकायचं. तडजोड कायम मीच करायची. आता खिडकीपाशी झोपण्याचा आणि परीक्षेचा काय संबंध आहे?"

माझी ही सगळी धुसफूस थांबली, तेव्हा मी वडिलांसमोर उभी होते. ते वर्तमानपत्रातून मान वर काढून म्हणाले, "मला माझा चश्मा सापडत नाहीये."

मी त्यांच्याकडे बघतच राहिले. खरंतर मी इतकी रागात होते, तरी पण मला हसू फुटलं. मी म्हणाले, "अहो पपा, चश्मा तुमच्या नाकावरच आहे."

"अगं, तो माझा दूरचं पाहायचा चश्मा आहे. पण वाचायचा चश्मा मी कुठे ठेवला, तेच आठवत नाहीये."

मला रहस्यकथा वाचायची खूप आवड होती. मग मी अगदी अॅगाथा ख्रिस्तीच्या थाटात विचारलं, "तुम्ही सर्वांत शेवटी तो चश्मा कधी पाहिलात? आणि त्या वेळी तुम्ही नक्की काय करत होतात?"

माझे वडील जरा वेळ विचारात पडले. मग म्हणाले, "मी व्हरांड्यात बसून दोन्ही चश्मे साफ करत होतो."

मग मी ओठ किंचित मुरडले, डोळे बारीक केले. रहस्यकथांमधले गुप्तहेर एखाद्या रहस्याची उकल करताना अगदी असाच चेहरा करत असावेत, असा माझा समज होता. मग मी मोठ्यांदा घोषणा केली, "तुम्ही दूरच्या चश्म्याऐवजी वाचायचा चश्माच कारच्या डॅशबोर्डवर ठेवला असणार! मला तुमच्या कारची किल्ली द्या पाहू. मी जाऊन तुमचा चश्मा घेऊन येते."

वडिलांनी आज्ञाधारकपणे माझ्या हातात किल्ल्या ठेवल्या. चश्मा जिथे सापडेल, असं मला वाटत होतं, त्याच ठिकाणी तो होता. "वा!" माझे वडील माझी पाठ थोपटत म्हणाले, "तुला कसा काय गं सापडला माझा चश्मा? तुला हाक मारायच्या आधी मी स्वतः तिथं शोधला होता."

मी हसले.

आई स्वयंपाकघरात होती. मग ताईशी अर्धं राहिलेलं भांडण पूर्ण करण्यासाठी मी परत आमच्या खोलीकडे धावले; पण आता तिचा त्या भांडणातला रस गेला होता. आता आमचे दोघींचे पलंग समोरासमोरच्या भिंतींपाशी होते आणि अभ्यासाचं टेबल खिडकीपाशी होतं. खिडकीचे पडदे ओढलेले होते.

दिवस जातच होते. दर खेपेला वडिलांचा हरवलेला चश्मा शोधण्याचं काम अधिकाधिक कठीण होत चाललं होतं. कधीकधी आजीच्या औषधांची एक्सपायरी डेट बघून झाल्यावर माझ्या वडिलांनी त्यांचा चश्मा त्या औषधांच्या खणातच ठेवलेला असायचा, तर कधी वर्तमानपत्र ठेवण्याच्या रॅकमध्ये तो आढळायचा. कधी वॉशबेसिनच्या जवळ, तर कधी फ्रिजवर. काही वेळा तर मला तो चक्क फ्रिजच्या आतसुद्धा मिळायचा!

खरं म्हणजे माझे वडील अत्यंत नीटनेटके आणि टापटिपीचे होते.

कोणतीही गोष्ट जागच्या जागी ठेवली पाहिजे, अशी त्यांची स्वतःचीच शिस्त होती. पण हा चश्मा तेवढा त्या नियमाला अपवाद असावा. वडिलांचा चश्मा पुढे पुढे इतका वारंवार हरवू लागला, की अखेर माझ्या आईनं त्या चश्म्याच्या काड्यांना एक दोरी बांधली आणि वडिलांची चश्मा गळ्यात ठेवून हिंडण्याची सोय झाली. ही व्यवस्था जास्तीत जास्त आठ-दहा दिवसच टिकली असेल. पण वडिलांनी सतत ती दोरी ओढून त्याच्याशी चाळा करून अखेर ती सोडून टाकली आणि पुन्हा एकदा त्यांचा चश्मा हरवला.

असाच काळ गेला. एका रविवारी आमच्या घरी पाहुणे येणार होते. आईनं मला अभ्यास दुपारीच उरकून घ्यायला सांगितला, कारण संध्याकाळी तिला माझी मदत लागणार होती. तेव्हा माझी ताई शिकायला वेगळ्या शहरात गेलेली असल्यामुळे घरात कुणालाही काहीही मदत लागली, तर ती करण्याची जबाबदारी माझीच असे.

पण मला पुस्तकं वाचण्याचा फार नाद होता. त्या वेळी नेमकी मी शाळेतून एक रहस्यमय कादंबरी आणली होती. ती माझी अजून वाचून व्हायची होती आणि दुसऱ्या दिवशी ती मला परत करायची होती, त्यामुळे गृहपाठाऐवजी मी ते पुस्तक वाचायला घेतलं. जेव्हा आईनं मदतीसाठी हाक मारली, तेव्हा मी ओरडून म्हणाले, "आई, मी गृहपाठ करते आहे."

आईनं ताबडतोब माझ्यापाशी येऊन मला ओरडायला सुरुवात केली. मी पण लगेच तिच्याशी भांडत सुटले. या घरात सगळे मला कसे गुलामासारखं वागवतात, इत्यादी. आमचं भांडण रंगात आलेलं असतानाच वडिलांची हाक आली, "विभा, अगं माझा चश्मा कुठे सापडत नाहीये. जरा इकडे ये आणि मला शोधून दे ना."

आई काही बोलणार इतक्यात मी आज्ञाधारक मुलीप्रमाणे त्यांच्याकडे धावले. माझ्या वडिलांना माझी गरज होती आणि मलाही आईच्या रागावण्यातून स्वतःची सुटका करून घ्यायची होती!

परत एकदा मी वडिलांची उलटतपासणी घ्यायला सुरुवात केली, "पपा तुम्ही याआधी कुठे गेला होता? तुम्ही सर्वांत शेवटचा चश्मा कधी वापरला?"

अखेर मला त्यांचा चश्मा देवघरात मिळाला. गणपतीबाप्पांच्या पायाशी व्यवस्थित ठेवलेला होता.

कधीकधी तर मला वाटायचं, की त्यांच्या चश्म्याला काय जादूचे पाय वगैरे आहेत की काये! तो चित्रविचित्र ठिकाणी कसा काय जाऊन पोहोचतो? पण एक गोष्ट मात्र नक्की होती- तो चश्मा फक्त मलाच सापडायचा; बाकी कुणालाच नाही. त्या वेळी एक गोष्ट माझ्या लक्षात आली नव्हती- चश्मा शोधण्याचं काम केवळ माझ्यावरच सोपवण्यात येत असे.

अशी दोन वर्षं गेली. त्यानंतर माझ्यावर शेजारच्या शहरात कॉलेजचं शिक्षण घेण्यासाठी जाऊन राहण्याची वेळ आली. मी खूप खूश होते. मला कधी एकदा शिकायला दुसरीकडे जाऊन राहते, असं झालं होतं; पण मला एका गोष्टीची चिंता वाटत होता– 'आता आपण गेल्यावर वडिलांचा चश्मा कोण शोधून देणार?'

मी पदवीधर होण्याच्या सुमारास वडिलांचीसुद्धा त्याच गावी बदली झाली. तोपर्यंत माझ्या आजीचं निधन झालं होतं. ताई लग्न होऊन सासरी गेली होती. त्यामुळे आई आणि वडील माझ्याच शहरात येऊन राहिले. निदान आपली एक मुलगी तरी आपल्याजवळ राहत आहे, याचाच त्यांना आनंद होता. आणि मला पण परत इतक्या दिवसांनी घरी राहायला मिळत असल्याचा आनंद होताच.

सुरुवातीला सगळं खूप छान वाटत होतं. मग त्याची सवय होऊन गेली. आईपाशी मधूनमधून लहानसहान कारणांवरून वादविवाद होत. माझ्या जेवणाखाण्याच्या बाबतीत फारच आवडीनिवडी असल्याची तिची तक्रार होती. आणि एकीकडे या पपांचा चश्मासुद्धा सारखा हरवायचा! आता तर त्यांचा चश्मा शोधण्याचं काम फारच तातडीनं करावं लागायचं, कारण अलीकडे दूरचं पाहण्यासाठी, तसंच वाचण्यासाठी ते एकच बायफोकल भिंगांचा चश्मा वापरायचे.

मग पुन्हा एकदा वडिलांचा चश्मा शोधण्याचं काम माझ्यावर येऊन पडलं.

माझी आई शिक्षिका होती. तीसुद्धा बऱ्याच वर्षांपासून चश्मा वापरत होती; पण तिचा चश्मा कधीही हरवत नसे. आईचा चश्मा फक्त एकदाच हरवल्याचं मला आठवतं. माझ्या वडिलांनी एकदा स्वतःचा चश्मा समजून तिचाच चश्मा घातला होता आणि नंतर काही वेळानं त्यांनी तोही कुठंतरी हरवला होता!

आता मीही पूर्वीची बंडखोर मुलगी राहिले नव्हते, एक समंजस मुलगी झाले होते. एमबीएचं शिक्षण पूर्ण करून मी नोकरीला लागले होते. माझं आयुष्य आता इतकं धावपळीचं बनलं होतं, की अनेकदा रात्री उशिरा घरी येऊन जेवून मी अंथरुणात जाऊन झोपत असे. मला स्वतःसाठी फारसा वेळच मिळत नसे. घरी जो काही वेळ मिळायचा, तो मी झोपेतच घालवत असे. योग्य तेवढी विश्रांती घेणं किती गरजेचं आहे, हे मला पटवून देण्याचा आई-वडील अनेकदा प्रयत्न करत. पण नुकतीच विशी उलटलेलं जे वय असतं, त्या वयात आपण जग जिंकायला निघालेलो असतो. काही दिवसांतच या अतिरिक्त कामाच्या ताणाचा परिणाम माझ्या तब्येतीवर दिसू लागला.

मी परत एकदा विशीच्या आतल्या मुलीसारखी चिडखोर बनले. अगदी लहानसहान गोष्टींनीसुद्धा माझ्या तळपायाची आग मस्तकाला जाऊ लागली. कधीतरी तर मला चिडण्यासाठी काही निमित्तसुद्धा लागत नसे. ऑफिसमध्ये मी चेहरा निर्विकार ठेवत असे, पण तोही जास्त काळ टिकत नसे. अखेर त्या मानसिक ताणाचा परिणाम माझ्या चेहऱ्यावर स्पष्ट दिसू लागला. आई-वडिलांना माझी काळजी वाटू लागली. पण तरीही मी काही माझी जीवनशैली बदलण्यास तयार नव्हते.

एक दिवस असंच कुठल्यातरी गोष्टीवरून माझं आईशी वाजलं होतं. त्यासाठी नक्की काय निमित्त घडलं होतं, तेही आता आठवत नाही. पण अचानक अनेक दिवसांनंतर वडिलांची ती ओळखीची हाक आणि ते ओळखीचं वाक्य कानावर आलं, "विभा, मला माझा चश्मा सापडत नाहीये. जरा इकडे ये आणि मला शोधायला मदत कर ना."

मी हसले. एव्हाना त्यांच्या त्या हाकेचा मथितार्थ मला कळून चुकला होता. आज आपण 'अँगर मॅनेजमेंट'सारखे खूप मोठाले शब्द आपल्या कॉर्पोरेट जगात वापरत असतो, पण माझ्या वडिलांनी एका साध्यासुध्या पद्धतीचा अवलंब करून मला बरं केलं होतं. माझा फ्यूज उडण्याची वेळ जेव्हा जवळ यायची, तेव्हा मला त्यांचा चश्मा शोधायला जावं लागायचं!

**– विभा लोहानी**

❖

# आग्नेया

शुक्रवारची रम्य संध्याकाळ होती. तिचे वडील ऑफिसातून घरी परतले; पण ती त्यांना कुठेच दिसेना. तेव्हा त्यांनी विचारलं, "आगी कुठे आहे?"

त्यावर कुणीच काही बोललं नाही. सर्वत्र नुसती शांतता. पण तिच्या आईच्या चेहऱ्यावर सगळं स्पष्ट दिसत होतं- काहीतरी गंभीर घडलं होतं.

काळजी करताच वडिलांनी तिचा घरभर शोध घेतला. अखेर झोपण्याच्या खोलीतल्या एका कोपऱ्यात त्यांना आपली मुलगी सापडली. तिच्या चेहऱ्यावरच्या खुणांवरून त्यांना जे कळायचं ते कळलं. तिनं भरपूर मार खाल्ला होता. आपल्या वडिलांना पाहताच आगीचे डोळे पाण्यानं भरले. ते पाहताच त्यांचं काळीज तुटलं. त्यांनी तिला जवळ घेऊन पोटाशी धरलं. तिच्या कपाळावर अलगद ओठ टेकले. त्यामुळे तिला थोडं बरं वाटलं असावं.

त्यांना आपल्या पत्नीचा रागच आला. इतकं मारायचं?

"मी लगेच परत येतो हं," असं आगीला सांगून ते आपल्या पत्नीला जाब विचारायला गेले. "हे काय हे?" ते रागावून म्हणाले, "तू हे असं कसं काय करू शकतेस?"

परत एकदा शांतता. हे त्यांच्या घरचं नेहमीचंच होतं. काय झालं, हे त्यांची पत्नी त्यांना कधीच सांगत नसे. पण आता या खेपेला त्यांची काहीही ऐकून घेण्याची तयारी नव्हती. काही झालं तरी आपल्या पत्नीला बोलतं करायचंच, असा त्यांनी निर्धार केला.

ते स्वयंपाकघरात शिरले. तिथे एक स्टेनलेसस्टीलची थाळी हातात घेऊन त्यांनी ती मुद्दामच जमिनीवर पाडली. ती जमिनीवरून उडून भिंतीवर जाऊन आपटली. त्याचा मोठा आवाज झाला.

ताबडतोब त्यांची पत्नी रागानं म्हणाली, "तुमच्या लाडक्या लेकीनं काय केलंय माहीत आहे का तुम्हाला? तिनं तिच्या वर्गातल्या एका मुलाला जोरात थप्पड मारली आणि त्याच्या डोळ्यांपाशी ओचकारलं. तो आत्ता हॉस्पिटलमध्ये आहे. नशिबानं तो वाचलाय, त्याला आता कसलाही धोका नाहीये. पण समजा त्याला कायमची इजा वगैरे झाली असती, तर? तिची शाळेतून नक्कीच हकालपट्टी झाली असती."

एक वडील म्हणून त्यांचा या गोष्टीवर विश्वासच बसेना. आपली आगी जराशी खोडकर आहे, याची त्यांना कल्पना होती. पण ती काही जाणूनबुजून कुणाला इजा वगैरे करणार नाही, याची त्यांना खात्री होती.

तिचं नाव आग्नेया होतं. पण सगळे तिला 'आगी' अशीच हाक मारत. लग्नानंतर अनेक वर्षं त्यांना मूलबाळ नव्हतं. अखेर बऱ्याच नवससायासांनंतर आगीचा जन्म झाला होता. ती खूप लाडाकोडात वाढली होती. अवघी आठ वर्षांची ही मुलगी आसपासच्या सगळ्या लोकांच्या हृदयावर राज्य करू लागली होती. शाळेत जेव्हा ती एखाद्या घडलेल्या प्रसंगाचं वर्णन करत असे, तेव्हा तो प्रसंग ती अगदी दिलखुलासपणे रंगवून सांगत असे. तिचा मित्रपरिवार खूप मोठा होता. अगदी लहान मुलांपासून ते थेट म्हाताऱ्या लोकांपर्यंत सर्वांशीच तिची मैत्री होती. ढगाआडून डोकावणाऱ्या सूर्यासारखी ती नेहमी प्रसन्न असायची. पावसाळ्यातील पहिल्या पावसानंतर आलेल्या वाऱ्याच्या झुळकीसारखी टवटवीत असायची. ती तिच्या वडिलांची लाडकी 'आगी' होती. तिचं वर्णन करायला शब्द अपुरे होते. तिला खरं जाणून घेण्यासाठी तिला प्रत्यक्ष भेटण्याची, तिच्याशी बोलण्याचीच गरज होती. ती आतासुद्धा तिच्या गुलाबी कपड्यांमध्ये इतकी सुंदर दिसत होती, की तिच्या वडिलांच्या चेहऱ्यावर एक स्मितरेषा उमटली. ती सर्वांची लाडकी तर होतीच; पण खरंतर ती तिच्या 'डॅडीं'ची सर्वांत आवडती होती. ते तिचे केवळ वडीलच नव्हते, तर तिचे मित्रसुद्धा होते.

'छे! या प्रकरणात आगीची चूक असणं शक्यच नाही,' असं तिच्या

वडिलांच्या मनात आलं. त्यांनी तिला शांत करण्याचा प्रयत्न केला. तो मुलगा आणि त्याच्या घरच्या लोकांवरही हा काळजीचाच प्रसंग ओढवला होता. पण काहीही झालं तरी आगीनं त्याला नक्कीच घातक स्वरूपाची इजा केली नसणार, एवढी त्यांना खात्री होती. मनोमन ते आगीच्या त्या वागण्यामागची कारणमीमांसा शोधू लागले. अखेर तिच्याशी सविस्तर बोलावं आणि तिला थोडा उपदेश कराव, असं त्यांनी ठरवलं.

ते शांतपणे तिच्याजवळ बसून तिच्या डोक्यावरून हात फिरवत म्हणाले, ‘‘बेटा, नक्की काय झालं? तू त्या मुलाला का मारलंस?’’

ती हुंदके देत म्हणाली, ‘‘डॅडी, त्यानं माझा ड्रेस ओढला.’’

‘‘म्हणून तू त्याला मारलंस?’’

ती जरा वेळ काहीच न बोलता थांबली. नंतर म्हणाली, ‘‘मी खेळत होते ना, तर अचानक कुठूनतरी हा मुलगा आला आणि त्यानं माझा ड्रेस ओढला. मी त्याला बाजूला ढकलत होते. त्या वेळी माझ्या हातात पेन्सिल होती. त्या पेन्सिलीचं टोक त्याच्या भुवईला जोरात लागलं.’’

ती बोलताना रडत होती. पण तिनं जे स्पष्टीकरण दिलं, ते पटण्यासारखं होतं. ही घटना सहज घडण्यासारखी होती. दोन लहान मुलांमध्ये खेळता खेळता अशी भांडणं होतच असतात. तरीपण लहानग्या आगीनं आपल्या वडिलांपाशी आपली चूक काही मान्य केली नाही, त्याचं मात्र तिच्या वडिलांना नवल वाटत होतं.

ते तिला एका जवळच्या उद्यानात खेळायला घेऊन गेले. दोघंही बागेतल्या लोखंडी बाकावर बसले. त्यांच्या जवळपास बरीच मुलं खेळत होती. आगीच्या डोळ्यांतले अश्रू आता वाळले होते. तिच्या गालावर त्या वाळलेल्या पाण्याचे डाग पडले होते. तिचे केस विसकटलेले होते. ते सकाळपासून विंचरलेले नव्हते. आता पुन्हा तिच्यापाशी हा विषय कसा काढायचा, याचा तिचे वडील विचार करू लागले. आपला तिला पाठिंबा नाही असं तर तिला मुळीच वाटता कामा नये, असं त्यांच्या मनात येत होतं. म्हणूनच ते बराच काळ काहीही न बोलता तिच्यासोबत बसून राहिले. झाडाची पानं पण हलत नव्हती. जणूकाही आगीचं म्हणणं काय आहे, हे ऐकण्यासाठीच ती झाडं शांत उभी होती.

बऱ्याच वेळानंतर वडिलांनी आगीच्या हाताचा थंडगार तळवा आपल्या हातात घेतला. ती डोळे मिटून त्यांना रेलून बसली. तिला

आता खूप सुरक्षित वाटत होतं. पण तिच्या अशा गप्प राहण्यामुळे वडिलांना आता तिची जास्तच काळजी वाटू लागली होती. अखेर शांतता भंग करत ते म्हणाले, "अगं, तुला तिकडे जाऊन इतर मुलांबरोबर खेळायचंय का?"

त्यावर बराच वेळ शांतता पसरली. त्यानंतर तिनं नुसती मान हलवून नकार दिला.

"बेटा, मित्र-मैत्रिणींबरोबर खेळत असताना या अशा गोष्टी घडतात. पण तू त्या मुलाला दूर ढकलून मारलंस का? तू त्याचं नाव तुमच्या वर्गशिक्षकांना का बरं नाही सांगितलंस? जर त्या पेन्सिलीचं टोक त्याच्या डोळ्यात घुसलं असतं, तर? तसं काही जर झालं असतं ना, तर मग मात्र तुझं शाळेत जाणंच बंद झालं असतं हं. तुला हे माहीत आहे का? बेटा, आत्ता त्या मुलाला किती दुखत असेल, किती त्रास होत असेल, याची तुला कल्पना तरी आहे का?"

आत्ता ती मान खाली घालून बसली असली, तरी ती आपलं बोलणं नीट ऐकते आहे, हे तिच्या वडिलांना कळलं. पण तरीही तिच्या चेहऱ्यावर काहीही प्रतिक्रिया उमटली नव्हती.

"यापेक्षा जास्त काही झालं असतं ना, तर मात्र पोलिसांनी तुला पकडून सरळ तुरुंगात टाकलं असतं," ते पुढे म्हणाले. आता तरी ती काहीतरी बोलेल, असं त्यांना वाटत होतं.

आगीनं अचानक मान वर करून त्यांच्या नजरेला नजर देत त्यांच्याकडे पाहिलं. पण अजूनही तिच्या डोळ्यांत कणभरही भीती नव्हती. आजकालच्या आठ वर्षांच्या मुलींनासुद्धा नक्की काय केल्यावर माणसांना तुरुंगात टाकतात आणि काय केल्यानंतर टाकत नाहीत, याची नीट कल्पना असणार!

ती आता अगदी हळू आवाजात बोलू लागली. ती म्हणाली, "ओके, डॅडी. मला तुम्हाला काहीतरी सांगायचंय."

ते याचसाठी तर थांबले होते. ती कधी एकदा आपल्यापाशी मनमोकळेपणानं बोलते, असं त्यांना झालं होतं.

ती म्हणाली, "तुम्ही टीव्हीवर 'महाभारत' पाहिलंय ना?"

तिनं अचानक असा विषय बदलल्यामुळे ते थोडे गोंधळात पडले. खरंतर त्यांना थोडासा रागही आला. पण कसाबसा राग आवरून ते

म्हणाले, "हो. अर्थातच."

त्यावर आगी म्हणाली, "त्या दुःशासन अंकलनं द्रौपदी आंटीची साडी ओढली. तेव्हा ती किती रडली, ओरडली; पण तिला मदत करायला कुणीच पुढे आलं नाही. शेवटी तिचं रडणं ऐकून कृष्णदेव तिथं आले आणि त्यांनी तिला मदत केली. मग पुढे कुरुक्षेत्रावर जेव्हा युद्ध झालं, तेव्हा भीम अंकलनं द्रौपदी आंटीला स्पर्श केल्याबद्दल त्या दुःशासन अंकलचा हात खेचून काढला आणि त्याला मारून टाकलं. मग त्यांनी दुःशासन अंकलचं रक्त द्रौपदी आंटीच्या केसांवर ओतून दुःशासन अंकलचा सूड घेतला आणि आपलं वचन पाळलं.

"आज तिथं माझ्या मदतीलासुद्धा कुणीच आलं नाही. मग माझं स्वतःचं रक्षण मीच केलं. डॅडी, त्या मुलानं माझा ड्रेस वर केला, माझी चड्डी सगळ्यांना दिसली. वर्गातली सगळी मुलं माझ्याकडे बघत होती. त्यातली काही तर फिदीफिदी हसत होती. डॅडी, माझी मैत्रीण रोशनी आहे ना, तिचा ड्रेससुद्धा या मुलानं एकदा वर केला होता. मी का म्हणून त्याचं हे असलं वागणं ऐकून घ्यायचं? आज मी त्याला माझा ड्रेस ओढू दिला, तर उद्या तो आणखी एखाद्या मुलीचा ड्रेस फाडेल. त्याच्या डोळ्याला लागावं असं काही मला वाटत नव्हतं; पण मग त्यानं तरी माझी खोडी का काढली? मला नव्हतं ते ऐकून घ्यायचं. मी त्याला ढकललं, तेव्हा माझ्या हातात टोकदार पेन्सिल होती. तिचं टोक त्याच्या भुवईला लागलं. त्याला असं लागलं, याचं मला वाईट वाटतंय; पण डॅडी, यात माझी काय चूक आहे? या सगळ्याची सुरुवात तर त्यानंच केली ना? खरंच, माझं काय चुकलं?"

तिचे डोळे आता चमकत होते. तिला काय उत्तर द्यावं ते वडिलांना कळेना. पण तिनं जे काही उत्तर दिलं होतं, ते खरंच विचार करायला लावणारं होतं. 'तिच्या या वागण्याबद्दल खरंतर आपल्याला तिचा अभिमानच वाटायला हवा ना?' असं त्यांच्या मनात आलं.

तिनं जे काही स्पष्टीकरण दिलं होतं त्यात तार्किकदृष्ट्या काही चूक होती का, हे त्यांनी पडताळून पाहण्याचा प्रयत्न केला. तिनं महाभारताचं जे उदाहरण दिलं, ते तर योग्यच होतं. निदान त्यांना तरी तसं वाटलं. मुळात कुरुक्षेत्रावर जे युद्ध घडलं, त्याचं मुख्य कारण द्रौपदीची भर सभेत झालेली विटंबना, हेच होतं. आणि त्या काळी या अशा

प्रकारच्या गुन्ह्याला मृत्युदंड होता. अलीकडच्या काळात तर अशा प्रकारच्या कितीतरी घटना घडत असल्याचं आपण वाचतो, ऐकतो. स्त्रीचं वय काहीही असो, तिची समाजात नानाविध प्रकारे छळवणूक होतच असते. अगदी त्या मुली आईच्या गर्भात असल्यापासून ते थेट त्यांच्या मृत्यूपर्यंत त्यांना अवहेलनेला सामोरं जावं लागतं. पण त्यांना असा त्रास देणाऱ्या गुन्हेगारांना शिक्षा होते का? अन्यायाला बळी पडलेल्या स्त्रियांना कधी न्याय मिळतो का?

'आपणसुद्धा याच देशात राहतो,' आगीच्या वडिलांच्या मनात आलं. 'या देशात धर्मासाठी अनेक माहात्म्यांनी संघर्ष केला, प्रसंगी स्वतःचे प्राणसुद्धा वेचले. असं म्हणतात, की समाजात धर्माचा जेव्हा जेव्हा ऱ्हास होतो, तेव्हा तेव्हा समाजात धर्माचं पुनर्प्रस्थापन करण्यासाठी नवे नवे महानायक जन्म घेतात. अनेक नवससायासांनंतर राजा ध्रुपदाच्या पोटी द्रौपदी जन्माला आली. आपली आग्नेयासुद्धा आपल्याला अशीच नवससायासांनंतर लाभली आहे. तिच्या नावाचा अर्थच मुळी 'अग्नीची कन्या' असा आहे. तेव्हा कदाचित तिच्यात आणि द्रौपदीमध्ये काही साधर्म्य असेलसुद्धा.'

'नव्या पिढीतील मुलींच्या रक्तातच द्रौपदी आहे,' त्यांच्या मनात आलं. 'त्यामुळे जे लोक त्यांच्या वाटेला जातील, त्यांना त्याची फार मोठी किंमत मोजावी लागेल. अशी प्रत्येक लहानशी द्रौपदी आत्मसंरक्षणासाठी सिद्ध होईल आणि स्वतःकडे वाकड्या नजरेनं पाहणाऱ्याला शासन करेल, तेव्हा लवकरच आपल्या समाजातील दुष्ट स्त्री-पुरुषांना तोंड काळं करावं लागेल. त्या मुलाच्या बाबतीत जे घडलं, ते खरोखरच दुर्दैवी होतं. पण पुढील आयुष्यात कधीही कोणत्याही मुलीच्या वस्त्राला हात लावण्याआधी तो नीट विचार करेल; अगदी खेळात, गमतीतसुद्धा.'

त्यांनी आपल्या मुलीला ओढून जवळ घेतलं.

**– राजेश पुपोते**

❖

# नवी सुरुवात

एखाद्या निराळ्या विश्वात आम्ही दोघी नक्कीच एकमेकींच्या 'सोलमेट्स' असणार. पण या जगात मात्र आम्ही सतत एकमेकींच्या मध्ये येत असू. सतत एकमेकींशी भांडत असू. कायमच कुठल्या ना कुठल्यातरी धोकादायक परिस्थितीत सापडत असू, त्यानंतर नाइलाजानं समेट घडवायला तयार होत असू आणि मग पुन्हा पहिल्यापासून सारं सुरू होत असे. आम्ही बहिणी होतो; खरं म्हणजे चुलत बहिणी होतो- पण आम्ही दोघी एकाच घरात वाढल्यामुळे आमचं नातं सख्ख्या बहिणींसारखंच होतं. पण आम्ही एकमेकींच्या मैत्रिणीसुद्धा होतो. जेव्हा कधी गरज पडेल, तेव्हा आम्ही एकमेकींची कड घ्यायला धावायचो. गुन्ह्यात तर नेहमी साथीदार असायचो. पण तरीही बहुतेक वेळा आमचं मुळीच पटत नसे.

दीदी खूप धीट आणि बोलकी होती. त्या मानानं मी शांत आणि अबोल होते. मी स्वतःतच गुंग असे. दीदी जणू सूर्यप्रकाशात चमकत असायची; तर मी मात्र स्वतःभोवती विणून घेतलेल्या अंधाराच्या जाळ्यात खूश असे.

मी सगळ्याच गोष्टी खूप गंभीरपणे घेत असे. ती मात्र स्वतःच घातलेल्या सावळ्या गोंधळातून अगदी अलगद वाट काढत पुढे निघून जात असे. ती कायमच उत्साहानं, आनंदानं रसरसलेली असे. मी मात्र बऱ्याचदा उदास असल्यामुळे माझा चेहरा त्या पार्श्वभूमीवर जास्तच दुर्मुखलेला भासायचा. ती तर जणूकाही रोजच पार्टी असल्याच्या थाटात वावरायची. तिच्या उत्साहाला असं उधाण आलेलं पाहिलं, की

मला मात्र वैताग यायचा.

९० नंतरच्या दशकातल्या आम्ही मुली होतो. आमचं जग हळूहळू आमच्या हातून निसटू पाहत होतं. त्याला घट्ट पकडून ठेवण्याचा आम्ही प्रयत्न करत होतो. कोलकात्याचा पावसाळा आम्ही दोघी एकत्र अनुभवायचो. लेक मार्केटच्या गल्ल्या-बोळांमधून आम्ही जोडीनं भटकायचो. शहराची ओळखसुद्धा आम्ही बरोबरीनं करून घेतली. आम्ही एकमेकींशी भांडायचोसुद्धा. त्या भांडणामागेसुद्धा आमचा स्वार्थच असे. आम्ही दोघी एकमेकींना सहन करत असू. दीदीला खूप उशिरापर्यंत घराबाहेर राहायचं असलं, की ती माझा ढालीसारखा वापर करत असे. मला माझ्या आई-वडिलांना कधीही गुंगारा द्यायचा असला, की माझ्या वतीनं शपथेवर साक्ष द्यायला ती तयारच असायची.

मला पहिल्यांदा 'तंत्रा' नाइट क्लबमध्ये तीच घेऊन गेली होती. 'जिमी च्यूज'सारखे महागडे सँडल्स दीदीनंच मला आणले होते. माझ्या केसांवर जे काही प्रयोग चालायचे तेव्हा, मला अंगावर 'टॅटू'ची नक्षी काढून घ्यायच्या वेळी तीच तर माझ्या सोबत असायची.

आम्ही दोघी काही खास वेगळ्या वगैरे नव्हतो. पौगंडावस्थेच्या उंबरठ्यावर उभ्या असलेल्या आम्ही फक्त दोन मुली होतो. त्या वेळी मला जर कुणी सांगितलं असतं, की कुरळ्या केसांच्या, चश्मा घालणाऱ्या, दातांना ब्रेसेस लावलेल्या तुझ्या दीदीची काहीतरी आगळीवेगळी कहाणी आहे, तर मी हसून ते उडवून लावलं असतं.

दिवसभर कुणी ना कुणीतरी दीदीच्या अंगावर खेकसत असे. कधी शाळा बुडवल्याबद्दल, तर कधी आळशीपणा केल्याबद्दल. रात्री मात्र याच दीदीचं रूपांतर त्या जगाला सल्ला देणाऱ्या उषावहिनी का कोण, त्यांच्यात व्हायचं. तिला तिच्या मैत्रिणींचे सारखे फोन यायचे आणि त्यांच्यात रात्र रात्र गुजगोष्टी चालायचा. रात्री अचानक फोनच्या आवाजानं मला जाग यायची. दीदी घाईघाईनं फोन उचलून अगदी कुजबुजत्या स्वरात त्या फोनवर बोलायची. मी जागी होऊ नये, म्हणून हा सारा खटाटोप चालायचा. मला त्या संभाषणातले तुकडे ऐकू यायचे, "अच्छा...", "बरं, मग तू काहीतरी वेगळं करून बघ ना...", "नाही, नाही, जीव देणं हा काही पर्याय असू शकत नाही. नाही, नाही... आत्ता या क्षणी तर अजिबात नाही."

मनोहर पुकूर रोडवर आमचं घर होतं. घरात आम्ही आठ जण राहत होतो. एकत्र कुटुंबात अनेकदा जसं असतं, तसंच आमच्याकडेसुद्धा होतं. आमच्या दोघींच्याही आयांनी मिळून मला आणि दीदीला लहानाचं मोठं केलं होतं. एखाद्या गोष्टीसाठी स्वतःची आई परवानगी देणार नाही असं वाटलं, तर लगेच दीदी माझ्या आईकडे धाव घ्यायची. घरात प्रत्येक वेळी कोणताही वादाचा प्रसंग उपस्थित झाला, तर माझी आई नेहमीच दीदीची कड घ्यायची. दीदीचा माझ्या आईवर इतका गाढ विश्वास होता, की त्या पोटीच तिनं माझ्या आईला ती बातमी सर्वांत प्रथम सांगितली. पण याखेपेस दीदीचा अंदाज चुकला. कारण त्यानंतर घरात फार मोठा गोंधळ उडाला.

हे सगळं एका छोट्याशा भेटीगाठीतून सुरू झालं. एका रविवारी दीदीनं तिच्या एका जुन्या मैत्रिणीच्या घरी जायचं ठरवलं. तिचं नाव प्रीती. दीदीच्या सोबत मी पण गेले. तिच्या घराकडे जाण्याच्या रस्त्यावरच 'प्रिया' सिनेमाघर होतं. तिथं त्या आठवड्याच्या बॉलिवूड चित्रपटाची झलक दिसेल, हाही त्यात हेतू होताच. आम्ही जेव्हा प्रीतीच्या घरी पोहोचलो, तेव्हा ती खूप उदास वाटली. त्या उदासीचं कारण होतं, तिचे शेजारी. तिनंच आम्हाला ते सांगितलं. त्या शेजाऱ्यांविषयी दीदी काहीतरी बोलणार इतक्यात ती थांबली, कारण दारात कुणाचीतरी सावली पडल्याचं तिला जाणवलं.

दारात एक लहान मुलगी उभी होती. ती दाराआडून वाकून आमच्याकडेच पाहत होती. पण दारातून आत यायला घाबरत होती. प्रीतीनं तिला जवळ बोलावून कडेवर उचलून घेतलं. "या चिमुकल्या बाहुलीचं नाव दिया आहे, बरं का!" ती म्हणाली. "ही आमच्या शेजारीच, तिच्या वडिलांसोबत राहते."

सहा वर्षांच्या दियानं लगेच टाळ्या पिटून मुक्त निरागस हास्याची उधळण केली. ती चांगली गोबऱ्या गालांची, गोरीपान, गुटगुटीत होती. तिचे केस दाट, कुरळे होते आणि गालावर गोडशी खळी होती. पण मी काही तिच्याकडे बघत नव्हते. माझं सगळं लक्ष दीदीच्या चेहऱ्याकडे लागलं होतं. तिच्या चेहऱ्यावर आत्ता जे भाव उमटले होते, ते मी याआधी कधीच पाहिले नव्हते. त्यांचा अर्थ नक्की काय, ते काही मला कळत नव्हतं. फक्त याआधी दीदी इतकी पवित्र, इतकी सुंदर कधीच

दिसली नव्हती. जणूकाही स्वतःच्या आयुष्याच्या आनंदाचं निधान तिला आज गवसलं होतं.

आम्हाला प्रीतीकडून दियाची कहाणी समजली. दिया आणि तिचे वडील गेले काही वर्षं प्रीतीच्या शेजारी राहत होते. दियाच्या जन्माच्या वेळीच तिच्या आईचं दुर्दैवी निधन झालं. त्यांचं जवळचं असं कुणीच नव्हतं. त्यांच्याकडे पैसाही फार नव्हता. पण ते खाऊन-पिऊन सुखी होते. एक वर्षापूर्वीच दियाची शाळा सुरू झाली. काही महिन्यांपूर्वीच तपासणीनंतर दियाच्या वडिलांना एक असाध्य दुखणं असल्याचं आढळलं. त्यांचं ते दुखणं शेवटच्या टप्प्यात होतं. ते आता फार थोड्या दिवसांचे सोबती होते. त्यांच्या नशिबात काय वाढून ठेवलं होतं, ते तर उघडच होतं.

"आणि हिच्या नशिबात काय वाढून ठेवलंय?" दीदीनं विचारलं. तिनं लगेच ओठ चावला.

प्रीतीकडे त्या प्रश्नाचं उत्तर नव्हतं.

"त्यांचं कुणीतरी असेलच की," मी युक्तिवाद केला. "कुणीतरी दूरचे नातेवाईक असतील, एखादा जुना मित्र असेल किंवा तिच्या आईचं माहेरचं कुणीतरी असू शकेल..."

प्रीतीनं मला मध्येच थांबवलं. "तशी माणसं पुष्कळ आहेत, पण हिच्या संगोपनाची जबाबदारी घ्यायला कुणीच तयार नाही. आजकाल तिचे वडील सारखे बाहेरच असतात. जेव्हा ऑफिसच्या कामासाठी बाहेर गेलेले नसतील, तेव्हा हॉस्पिटलच्या वाऱ्या चालू असतात. मी आत्ता तरी तिचे वडील घरी परत येईपर्यंत तिला सांभाळते आहे. मी इतकंच करू शकते."

त्या दिवशी अचानक काहीतरी बदलून गेलं. जसेजसे दिवस जाऊ लागले, तशी दीदी वारंवार प्रीतीकडे जाऊ लागली. मी काही त्यानंतर पुन्हा कधी प्रीतीच्या घरी गेले नाही. दीदी इतकी व्यस्त होऊन गेली की आमची दोघींची खोली एक असूनसुद्धा, आजकाल तिचं आणि माझं काहीच बोलणं होत नसे. तिला नुकतीच नोकरी लागली होती. ऑफिसच्या कामामुळेच ती इतकी थकून जात असेल, तिला वेळच मिळत नसेल, अशी माझी समजूत झाली. पण आजकाल ती कुणाशी बोलत नसे, मिळून-मिसळून वागत नसे. तिच्या आयुष्यात नक्कीच काहीतरी वेगळं

चालू होतं, याची मला जाणीव झाली. ती लवकरच आपण होऊन मला सगळं सांगेल, हे मला माहीत होतं.

एक दिवस संध्याकाळच्या वेळी मी कॉलेजमधून घरी परत आले; तर दीदी घरी आलेली होती. तो दिवस मला अजूनही अगदी स्पष्टपणे आठवतो. आम्ही दोघी खिडकीपाशी पलंगावर बसलो होतो. दोघीही बाल्कनीकडे नजर लावून बसलो होतो. बाहेरून येणारं ऊन तिच्या केसांवर पडून चकमत होतं. त्या प्रकाशात तिचा चेहरा गुलाबी दिसत होता. त्यामुळे ती एखाद्या देवीच्या मूर्तीसारखी दिसत होती. तिला आज ऑफिसमधून लवकर घरी आलेलं पाहून मला धक्का बसला. तिला खरंतर रोज घरी यायला बराच उशीर व्हायचा. शिवाय आज ती बऱ्याच मानसिक ताणाखाली असल्यासारखी दिसत होती. हे मात्र नवीनच होतं. आजवर असं मानसिक ताणाखाली असल्याचं मी कधीच पाहिलेलं नव्हतं. मला त्यामुळे मनातून खूप अस्वस्थ वाटू लागलं. मी म्हणाले, "दीदी, काय झालंय?"

"मला काहीतरी करायला हवं," ती म्हणाली. तिच्या डोळ्यांत पाणी आलं होतं, चेहरा विवर्ण दिसत होता; पण तिच्या आवाजात मात्र निर्धार होता.

"तुला ती दिया आठवते?" ती म्हणाली.

"दिया?"

"अगं, आपण प्रीतीच्या घरी गेलो होतो, तिथे ती लहान मुलगी आली होती ना?"

मग मी तिचं बोलणं लक्षपूर्वक ऐकू लागले. तिला मन मोकळं करायचं होतं; पण तिला माझं मत ऐकून घ्यायचं नव्हतं, माझी कोणतीही सूचना ऐकायची नव्हती, हे मला जाणवलं. तिचा निर्णय तर झालेलाच होता. फक्त मी तिच्या बाजूनं उभी आहे की नाही, एवढंच तिला जाणून घ्यायचं होतं. मला वाटतं, अगदी खऱ्या अर्थानं आज पहिल्यांदाच तिला माझी गरज होती. मी तिच्या बाजूनं खरोखर होते की नाही, हे आज पहिल्यांदाच खूप महत्त्वाचं होतं.

मी तिच्याच बाजूनं होते. पण यापुढचं सगळ्यात महत्त्वाचं काय असं होतं, की तिनं हा जो काही निर्णय घेतला होता, तो घरच्यांपुढे मांडणं. तिनं सर्वांत पहिल्यांदा माझ्या आईजवळ हा विषय काढला.

तिनं लगेच दीदीचं म्हणणं उडवून लावलं. "आत्ता तुला जरी हे सगळं वाटून खूप भारल्यासारखं झालं असलं, तरी हा उत्साह थोड्याच दिवसात ओसरेल," ती दीदीला म्हणाली. पण दीदी खरोखरच गंभीरपणे हा विचार करते आहे, याची माझ्या आईला खात्री पटल्याक्षणी तिनं ताबडतोब घरच्या सर्वांना एकत्र बोलावून घेतलं. सर्वांनी मिळून तिच्यावर एकत्रित हल्ला चढवला.

आम्ही पहिल्यांदा दियाला भेटल्यानंतर दीदी वारंवार प्रीतीच्या घरी जाऊन दियाला भेटत असल्याचं तिनं सर्वांना सांगितलं. तिला दियाबरोबर वेळ घालवणं आवडायचं. ती तिला गोष्टी वाचून दाखवायची, तिच्याशी खेळायची. तिला कधी वस्तुसंग्रहालयात, तर कधी प्राणिसंग्रहालयात घेऊन जायची, कधी बागेत घेऊन जायची. तिला त्या लहानग्या मुलीविषयी खूप ममत्व, खूप आपलेपणा वाटायचा. तिला अगदी प्रथम पाहिलं, तेव्हापासून आपल्या हृदयात या भावना जागृत झाल्याचं तिनं सर्वांना सांगितलं.

ती सावकाश बोलत होती. आपलं म्हणणं सुस्पष्टपणे सर्वांना पटवून सांगत होती. घरच्या वडीलधाऱ्या माणसांची समजूत घालून त्यांना शांत करत होती. आपण केवळ चोवीस वर्षांच्या असलो, तरी दियाची आई होऊन तिचा सांभाळ करायला तयार आहोत, असं तिचं म्हणणं होतं.

"साधारण वर्षभरातच दिया अनाथ होईल. मग तिची रवानगी एखाद्या नातेवाइकाकडे होईल. मग त्यांना ती नको असली, तरीही! नाहीतर नाइलाजानं तिला अनाथाश्रमात पाठवलं जाईल," दीदी म्हणाली. "मी दियाबरोबर खूप वेळ घालवला आहे. ती खूप हुशार आहे, तरतरीत आहे. मी जर मध्ये पडून काहीतरी केलं नाही, तर तिच्या वाट्याला जे काही येईल ते तिला सोसावं लागू नये, असं मला मनापासून वाटतं."

तिचं हे बोलणं ऐकून तिचे आणि माझे वडील संतापले. "तू अजून खूप लहान आहेस," ते म्हणाले. "स्वतःचं आयुष्य, स्वतःचं भविष्य असं वाया घालवू नकोस. आपला समाज काही फार दयाळू, कनवाळू वृत्तीचा नाही. एक कुमारिका आणि तिच्या पदरात दुसऱ्याचं मूल. अशा मुलीशी लग्न करायला कोण तयार होईल? जन्मभराचा एकटेपणा

तुझ्या नशिबी येईल.''

पण दीदी लढतच राहिली. तिनं चेहऱ्यावर कितीही धिटाई आणली असली, तरी मनातून तिला अनिश्चितता वाटत होती, याची मला कल्पना होती. आणि ती अनिश्चिततेची भावना स्वतःबद्दल नव्हती, तर दियाबद्दल होती.

''दियाला दीदीपेक्षा चांगली आई कुठेच मिळू शकणार नाही,'' मी म्हणाले. ते खरंच होतं. त्यामुळे मी ताईच्या बाजूनं युक्तिवाद करण्याचा प्रयत्न केला; पण तो फोल ठरला.

त्यानंतर थोड्याच दिवसांत एका आंतरराष्ट्रीय विमान कंपनीतर्फे दीदीला 'गेस्ट सर्व्हिसेस ऑफिसर'ची नोकरी चालून आली. त्यामुळे ही चर्चा मागे पडली. दीदीचं ऑफिस हैदराबादच्या विमानतळावरच होतं. नोकरीनिमित्त घर सोडून निघताना दीदीनं मला सांगितलं, की ती या नोकरीबद्दल खूश होती. आता कोलकाता सोडून स्वतंत्र राहायला लागल्यावर तिला दियाला स्वतःजवळ ठेवणं, तिचा सांभाळ करणं शक्य होणार होतं. आधी कामावर रुजू होऊन काही महिन्यांतच स्थिरस्थावर व्हायचं आणि नंतर येऊन दियाला स्वतःबरोबर घेऊन जायचं, असा तिचा बेत असल्याचं तिनं सांगितलं. ती या संदर्भात दियाच्या वडिलांशी बोललेली होतीच. आपल्या मुलीवर इतकं मनापासून प्रेम करणाऱ्या व्यक्तीकडे तिला सोपवायला दियाचे वडील तयार होते. मी दीदीला सोडायला विमानतळावर गेले. आम्ही दोघी आजवर एकमेकींना सोडून कधीच राहिलो नव्हतो. दीदीशिवाय आयुष्याला काही अर्थच नसणार होता.

ती माझा निरोप घेऊन निघाली. ती ताठ मानेनं, खांदे किंचितही न झुकवता चालली होती. तिचे केस वाऱ्यानं उडत होते. विमानतळावराच्या गर्दीत मिसळून जाण्यापूर्वी तिनं एकदा मागे वळून पाहिलं आणि हात हलवला. ती प्रसन्न दिसत होती. तिच्या चेहऱ्यावर आत्मविश्वास आणि समाधान होतं. तो क्षण मी कधीच विसरू शकणार नाही. मी तिला या वेळी जे पाहिलं, ते शेवटचंच.

५ सप्टेंबर २०१० रोजी माझी दीदा- अम्रिता रॉय- हैदराबाद विमानतळावर झालेल्या एरोब्रिजच्या दुर्घटनेत मृत्यू पावली. ती तेव्हा ऑफिसचं काम करत होती.

दिया हैदराबादला कधी गेलीच नाही, पण ती आता आमच्याजवळ राहते. दीदीची नक्की तशीच इच्छा असणार. दिया इतकी गोड मुलगी आहे, की आमच्या आई-वडिलांचं तिच्यावर प्रेम जडलं आहे. तिला गणित विषय खूप आवडतो. ती एनिड ब्लायटनची पुस्तकं वाचते आणि टॅकोज पण मनापासून खाते. ती जितकी गोड आहे, तितकीच खोडकरही आहे. मी खूप वेळा तिची कड घेऊन तिला वाचवण्याचा प्रयत्न करते; पण ती अति लाडानं बिघडू नये, याचीही मी काळजी घेते. दीदीनं मला नक्कीच असं करायला सांगितलं असतं.

**– स्वाहा भट्टाचार्य**

❖

# अगम्य, गूढ जोडप्याची गोष्ट

मी अमेरिकेहून माझ्या कुटुंबासह परत भारतात आलो आणि मुंबईला लोखंडवाला कॉम्प्लेक्समध्ये फ्लॅट घेऊन आम्ही स्थायिक झालो. लोखंडवाला या एका अतिशय भव्य अशा अपार्टमेंट कॉम्प्लेक्समध्ये प्रत्येक चौदा मजल्यांच्या चार उत्तुंग इमारती आहेत. घरांच्या किमती गगनाला भिडत चाललेल्या असल्यामुळे कितीतरी फ्लॅट्सची खरेदी-विक्री सारखीच चालू असते. त्यामुळे आम्हाला इकडे राहायला येऊन सहा वर्ष लोटल्यानंतरसुद्धा लॉबीत रोजच नवीन चेहरे दिसायचे.

पण त्यांतल्या दोन चेहऱ्यांनी मात्र माझं आणि माझ्या पत्नीचं लक्ष वेधून घेतलं होतं. ते एक साठी उलटलेलं जोडपं होतं. ते नेहमी हसत असायचे, उत्साहानं सळसळत असायचे. वाटेत भेटलेल्या लोकांकडे ते आवर्जून हसत; पण कधीही चालताना सोबत नसत. त्यांच्या चेहऱ्यावर शांत भाव असायचे. दोघंही कधीच थांबून कुणाशी बोलत नसत. त्यांच्या घरी त्यांना भेटायला किंवा त्यांच्याकडे कुणी राहायला आल्याचंसुद्धा मी कधीच पाहिलं नव्हतं. तशी मलासुद्धा कुणाच्याही खासगी बाबतीत दखल देण्याची सवय नाही; पण या जोडप्याच्या वागण्यामुळे माझी उत्सुकता चाळवली गेली होती, हे मात्र खरं.

एक दिवस मी आमच्या सोसायटीतल्या एका ओळखीच्या बाईंना या जोडप्याविषयी विचारलं. त्यावर त्या खांदे उडवून म्हणाल्या, "अहो ते ना? जरा विचित्रच आहेत. ते कधी कुणाशी बोलत नाहीत. कदाचित ते फारच श्रीमंत असतील आणि आपल्यासारख्या लोकांमध्ये मिसळण्याची त्यांची इच्छा नसेल."

त्यावर दुसरा एक जण म्हणाला, "त्यांच्यातल्या त्या बाई आहेत ना, त्या फार चांगल्या आहेत. त्या माझ्या आईशी कधीतरी बोलतात, पण आईनं त्यांची जराशी चौकशी करताच त्यांनी घाईनं विषय बदलला. त्यांचं काय चालू असतं ते देवालाच माहीत!"

त्यानंतर मी आमच्या सोसायटीत राहणाऱ्या अनेक लोकांपाशी त्या जोडप्याची चौकशी करण्याचा सपाटाच लावला. पण प्रत्येकाचं मत वेगळं होतं आणि त्यातून फारसा अर्थबोध होत नव्हता. एकानं तर असं सांगितलं, "ते ना... फारच विचित्र आहेत. माझ्या तर अंगावर काटाच येतो. मी त्यांच्याबरोबर लिफ्टनंसुद्धा जात नाही."

मला मात्र त्यांच्याबद्दल असं काही विचित्र वाटलं नव्हतं. फक्त त्यांचं वागणं बरंच गूढ होतं, एवढं मात्र खरं.

नंतर असं समजलं, की हे जोडपंसुद्धा आम्ही ज्या मजल्यावर राहायचो, त्याच मजल्यावर राहत होतं. फक्त इमारतीच्या वेगळ्या भागात. आमच्या या मजल्यावर सहा हजार स्क्वेअर फुटांची मोकळी जागा मुद्दामच सोडण्यात आली होती. आपत्कालीन परिस्थितीमध्ये आश्रयाची जागा म्हणून ही नियोजित होती. याच जागेच्या एका बाजूला त्यांचा, तर दुसऱ्या बाजूला आमचा फ्लॅट होता.

काही दिवसांनंतर त्या जोडप्यांमधले ते वयस्कर गृहस्थ संध्याकाळच्या वेळी त्या मोकळ्या जागेत येरझाऱ्या घालत असल्याचं माझ्या लक्षात आलं. पावसाळ्याच्या दिवसात इमारतीच्या कुंपणापाशी फेरफटका मारण्याऐवजी इथं आडोशाला फेऱ्या मारण्याची कल्पना तशी चांगली होती. त्यांच्या चालण्यात एक प्रकारचा भारदस्तपणा आणि आत्मविश्वास होता. मी त्यांना आज इतक्या जवळून प्रथमच पाहत होतो. त्यांच्या त्या शांत धीरगंभीर चेहऱ्यावरून असं वाटत होतं, की मुलाबाळांचं शिक्षण वगैरे पार पाडून त्यांचं आयुष्य नीट मार्गी लावून दिल्यानंतर निवृत्तीनंतरचं आयुष्य हे अत्यंत सुखासमाधानानं व्यतीत करत असावेत. पण ते गृहस्थ चेहऱ्यावरून कितीही शांत, सुस्वभावी वाटले, तरी त्यांच्या जवळ जाऊन त्यांच्याशी संभाषण करण्याची काही माझी हिंमत झाली नाही.

एक दिवस आमच्या बाजूची लिफ्ट बंद पडली. मग मी आणि माझ्या पत्नीनं आमच्या मजल्यावर दुसऱ्या भागात असलेल्या लिफ्टनं

खाली जायचं ठरवलं. आमची तीन वर्षांची मुलगी उड्या मारत, पळत पलीकडच्या लिफ्टपाशी आमच्या आधी जाऊन पोहोचली.

आम्ही नंतर जेव्हा तिथं जाऊन पोहोचलो तेव्हा ती अगदी उत्साहात, हातवारे करून त्या जोडप्याशी बोलत असलेली आम्हाला दिसली. ते त्यांच्या फ्लॅटच्या दारात उभे होते. त्यांच्या घराचं कुलूप बिघडलं होतं, त्यामुळे ते किल्ली बनवणाऱ्याची वाट बघत उभे होते.

आमची मुलगी जर कधीही कुणाशी गप्पा मारत असली, तर आम्ही तिला कधीच तिथून ओढत आणत नाही. ती तशी हसरी आणि खेळकर आहे. पण ती उगाच फार वेळ कधीच कुणाशी गप्पा मारत थांबत नाही. अगदी मोजक्याच लोकांशी ती अशी बराच वेळ बोलत राहते. कधीकधी एखाद्या दुकानात, मॉलमध्ये, रस्त्यावर किंवा विमानात भेटलेल्या कुणाशीतरी तिचं असं सूत जुळतं. ती ज्या लोकांशी असं मनमोकळेपणानं बोलते, त्या सगळ्या लोकांचं एक वैशिष्ट्य आम्हाला जाणवलेलं आहे. तिला जे लोक आवडतात, ते नेहमी सुसंस्कृत आणि चांगले, सरळ असतात; मग ते समाजातील कुठल्याही थरातले असोत.

आमच्या मुलीच्या त्या जोडप्याशी गप्पा इतक्या रंगल्या होत्या, की लिफ्ट तेवढ्या वेळात चार वेळा वर-खाली जाऊन आली. आम्हाला बाहेर जायला उशीर झाल्याचं त्या जोडप्याच्या लक्षात येताच त्यांनी तिला घेऊन लिफ्टनं खाली जाण्याची आम्हाला विनंती केली. त्यांच्या घराचं कुलूप अडकून बसलं होतं. त्यांना त्या बाबतीत काही मदत हवी आहे का, असं आम्ही विचारलं; पण त्यांनी गोड शब्दांत नाही म्हणून सांगितलं. "आम्ही किल्ली बनवणाऱ्याला बोलावलं आहे, तो एवढ्यात येईलच," असं ते गृहस्थ म्हणाले. त्यांचं बोलणं इतकं मृदू, आर्जवी आणि सुसंस्कृत होतं, की मी अवाक् झालो. या सोसायटीतल्या लोकांकडून याचविषयी आम्ही काय काय ऐकलं होतं.

काही आठवड्यांनंतर मी आणि माझी मुलगी आमच्या घराच्या दारात उभं राहून आमच्या नावे आलेलं एक पार्सल ताब्यात घेत होतो. त्या वेळी ते वयस्कर गृहस्थ रोजच्यासारखे आमच्या मजल्यावरच्या मोकळ्या जागेकडे जाताना दिसले. त्यांना पाहताच माझी मुलगी पळत त्यांच्याकडे धावली. मीही सही करून ते पार्सल ताब्यात घेतल्यानंतर त्यांच्यापाशी गेलो. जरा वेळात माझी मुलगी परत गेली आणि मी

एकटा त्यांच्याशी गप्पा मारू लागलो. त्यांच्याशी गप्पा मारताना ते विलक्षण बुद्धिमान आणि तितकेच साधे, सरळ मनाचे असल्याचं माझ्या लक्षात आलं. त्यांच्याबद्दल माझ्या मनात आधी जो काही पूर्वग्रह होता, तो सगळा नाहीसा झाला.

आधी आम्ही आमच्या फ्लॅट्सविषयी बोललो. बोलता बोलता जागांच्या वाढत चाललेल्या किमतींचा विषय निघाला. त्यानंतर प्रदूषण, मुंबई शहर अशा नेहमीच्या विषयांवर आम्ही बोललो. त्यानंतर आमच्या अपार्टमेंट कॉम्प्लेक्सच्या सोसायटीचा विषय निघताच इकडे आपल्याला जवळपास कुणीच मित्र नसल्याचं त्यांनी कबूल केलं. आमच्या सोसायटीत राहणारे जवळपास सर्वच लोक पन्नाशीच्या आतले होते, सगळे आपापल्या नोकरी-धंद्यात आणि इतर व्यापात व्यस्त होते. कदाचित या धावपळीच्या आयुष्यात सगळेच इतके मग्न असल्यानं कुणाला मैत्री करायला फुरसतच मिळत नसेल, असं त्यांना वाटत होतं. लोक आपल्या पाठीमागे काय बोलतात, याची त्यांना काहीच कल्पना नव्हती. ते बराच काळ परदेशात होते व १९९३ साली मुंबईला कायमचं परत आल्याचं त्यांनी सांगितलं.

त्यानंतर माझ्या घरच्या मंडळींचा विषय निघाला. मग मी त्यांना माझ्या कौटुंबिक पार्श्वभूमीबद्दल आणि घरच्या माणसांबद्दल सांगितलं. जरा वेळानंतर मी त्यांना म्हणालो, "तुमची मुलं कुठे असतात?"

माझा तो प्रश्न ऐकताच त्यांच्या चेहऱ्यावरची प्रसन्नता कुठल्या कुठं नाहीशी होऊन तिथं दुःखाचं सावट दिसू लागलं. १९९३ सालच्या बॉम्बस्फोटात आपण आपली मुलं गमावल्याचं त्यांनी सांगितलं. त्या वेळी ते परदेशात नोकरी करत होते. त्यांची मुलं लवकरच त्यांना भेटायला तिकडे जाणार होती. त्यांची दोन्ही मुलं त्या दिवशी वरळीच्या पासपोर्ट ऑफिसमध्ये कागदपत्रं घेऊन गेली होती; त्याच वेळी ती दुर्घटना घडली. सगळी कागदपत्रं त्या ऑफिसमध्ये देऊन त्यांच्यावर सही-शिक्का वगैरे सर्वकाही व्यवस्थित पार पडल्यानंतर मुलांनी तिथूनच आपल्या वडिलांना फोन केला होता. आता पासपोर्ट पोस्टानं घरी येणंच तेवढं बाकी होतं. मुलं खूप आनंदात होती. ते फोनवरचं बोलणं अखेरचं ठरलं. पासपोर्ट घरी येऊन पोहोचण्याआधी मुलांचे मृतदेह घरी येऊन पोहोचले. त्या वेळी मुलं केवळ १४-१५ वर्षांची असतील. इतकंच

नाही, तर त्या वेळी त्या गृहस्थांचा मेहुणासुद्धा त्यांच्या मुलांसोबत होता. तोही त्या मुलांच्याच वयाचा होता. तोसुद्धा या स्फोटात वारला होता.

त्या गृहस्थांच्या तोंडून त्या बॉम्बस्फोटाचं वर्णन ऐकताना मी जागच्या जागी थिजून उभा होतो. माझे डोळे पाण्यानं भरून आले होते. ते पाणी परतवून लावण्याचा मी फोल प्रयत्न करत होतो. त्यांच्या ते लक्षात आलं. मग विषय बदलून चेहरा नेहमीसारखा प्रसन्न करून ते म्हणाले, "सगळ्या नशिबाच्या गोष्टी."

मग त्यांनी वेगळा विषय काढून सांगितलं, की ते पूर्वी ज्या उपनगरात राहत होते, तिथं त्यांचा जुना फ्लॅट होता. आता त्या जागी नवीन टोलेजंग, अत्याधुनिक सुखसोयींनी भरलेली नवी इमारत उभी राहणार होती. मग ते त्याचविषयी बोलत राहिले. ज्या महाभयंकर दुर्घटनेत त्यांच्या आयुष्याला ग्रहण लागलं होतं, त्याविषयी बोलणं त्यांनी टाळलं.

सुमारे तासभर त्यांच्याशी गप्पा मारून झाल्यावर मोठ्या कष्टांनी त्यांचा निरोप घेऊन मी घरी निघालो. माझे हे शेजारी बुद्धिमान होते, बहुश्रुत होते, बोलके होते. त्यांच्याशी तासन्तास बोलायलासुद्धा मला आवडलं असतं. पण मी आधीच त्यांच्या फिरण्याच्या वेळातला बराचसा वेळ घालवला होता.

मी माझ्या घरी शिरलो, तर माझी मुलगी पलंगावर आरामात पहुडली होती. मी जवळ जाऊन तिला मिठी मारली आणि बराच वेळ हृदयाशी घट्ट धरून बसलो. तीसुद्धा प्रेमळ असल्यानं तिला कधीही जवळ घेतलं की किमान दहा सेकंद घट्ट मिठी मारू देते आणि मगच स्वतःची सुटका करून घेऊन पळून जाते. पण या वेळी का कोण जाणे, तिनं नेहमीपेक्षा जास्त वेळ माझ्या मिठीत राहणं पसंत केलं. माझ्या मनात उमटलेली वेदना तिला कळली होती की काय, कुणास ठाऊक! पण जरा वेळातच तिनं माझ्याकडे खेळायच्या स्कूटरची मागणी केली. तिचं टायमिंग अगदी परफेक्ट होतं. एक गोष्ट माझ्या लक्षात आली. केवळ आमच्या मुलीमुळेच एका बुद्धिमान सज्जन माणसाशी माझी आज ओळख झाली होती. अन्यथा नुसत्या हवापाण्याच्या गोष्टीपलीकडे काही आमचं संभाषण कधी गेलं नसतं. माझ्या या लहान मुलीनं त्यांचं

कनवाळू, प्रेमळ हृदय जाणलं. कदाचित सर्वच लहान मुलांना ते ओळखता येत असेल. आपण वयानं मोठे झालो, की नवीन ओळखी करून घेताना कचरतो. आपण नेहमीच्या वर्तुळातल्या मित्रमंडळींना सोडून बाकी कुणाशी नव्यानं मैत्री करायला जातही नाही.

आपल्या आयुष्यात घडलेल्या या दुर्घटनेचा उच्चार या जोडप्यानं आमच्या सोसायटीत राहणाऱ्या इतर शेजाऱ्यांपाशी का केला नाही, ते मला समजलं. त्यांना खरंतर लोकांकडून मैत्रीची अपेक्षा होती; पण त्यांचं हे दुःख ऐकल्यावर लोकांनी त्यांना सहानुभूती दाखवली असती, त्यांची कीव केली असती. आणि ते त्यांना आता नको होतं. ते आता त्या प्रसंगापासून दूर जाऊ इच्छित होते. त्या वयस्कर गृहस्थांनी त्यांचं दुःख माझ्यापाशी बोलून दाखवलं; पण ते मात्र मी माझ्यापाशीच ठेवायचं ठरवलं. त्याची वाच्यता कधीच कुणापाशी करायची नाही, असा मी निर्णय घेतला. त्यांनी ही इतकी खासगी गोष्ट माझ्यापाशी उघड केली, त्यामुळे मला त्यांच्याविषयी खास जवळीक वाटू लागली.

त्यानंतर माझं विचारचक्र सुरू झालं. त्या जोडप्याची मुलं जर आज हयात असती तर आत्ता ती नक्कीच चाळिशीच्या घरात असती. त्यांची लग्न होऊन त्यांना मुलंबाळं असती. आजी-आजोबा होण्यामधलं सुख त्या जोडप्याला अनुभवता आलं असतं. त्यांच्या आयुष्याला केवढा अर्थ आला असता.

त्या जोडप्याच्या नशिबात स्वतःच्या सख्ख्या नातवंडांचं सुख नव्हतं. आणि माझे स्वतःचे वडील हयात नसल्यामुळे एका बाजूच्या आजोबांच्या सुखाला माझी मुलगी वंचित होती. मग माझ्या मुलीनं त्या दोघांना 'दादा-दादी' अशी हाक मारली तर चालेल का, असं त्यांना विचारायचा मी निर्धार केला.

आपण असं म्हणतो, की आपण आपले मित्र स्वतःच्या मर्जीनं निवडू शकतो, पण नातेवाइकांची निवड आपण स्वतःच्या मनाप्रमाणे करू शकत नाही. पण ते खोटं आहे. या अंकल आणि आंटींना भेटल्यावर माझा हा गैरसमज दूर झाला. काही लोकांना आपण आपल्या आयुष्यात आपल्या नातलगांचं स्थान नक्कीच देऊ शकतो.

**– ऋषी व्होरा**

❖

# झन्नू मांकडियानं हे साध्य करून दाखवलं!

मी झन्नू मांकडिया. आमच्या मांकडिया जमातीतली मी पहिली पदवीधर मुलगी आहे. मी प्रासंगिक लेखन करणारी लेखिका, म्हणजेच 'फीचर रायटर' आहे. याचा अर्थ असा, की विविध रोमहर्षक स्थळांना भेटी देऊन मी त्यासंबंधी लेखन करते. जिथे कुठे सूर्याचा प्रखर ताप आहे, जिकडे कुठे अंगावर भुरभुरणारा बर्फ पडतो आहे, अशा ठिकाणी माझ्या लेखांमधून लोकांना घेऊन जावं, अशी त्यांची अपेक्षा असते. सर्वोत्कृष्ट पिझ्झा कुठे खायला मिळेल आणि एखाद्या प्रेक्षणीय स्थळाचं स्मारक म्हणून बनवण्यात आलेल्या भेटवस्तू कुठे आणि ती किती किमतीला विकत घेतल्यास आपली फसगत होणार नाही, हे सारं काही मी त्यांना सांगावं, अशी त्यांची इच्छा असते. मी एका टेलिव्हिजनच्या वाहिनीसाठी हे काम करते. मी बनवलेल्या लेखांवर माहितीपट बनवण्यात येतात आणि ते टीव्हीवर दाखवण्यात येतात. कधीकधी लोक मला त्याबद्दल पसंतीदर्शक पत्रसुद्धा लिहितात. त्यामुळे मला आणखी थोडे पैसे मिळतात.

पण आता मी माझी ही नोकरी सोडायचं ठरवलंय. त्यामुळेच मी हा माझा शेवटचा लेख लिहिणार आहे. हा लेख, म्हणजे माझी स्वतःचीच जीवनकहाणी.

माझं जन्मगाव नेमीगुडा. हे भारतातल्या असंख्य दारिद्र्यानं गांजलेल्या खेडेगावांपैकी एक आहे. मला वाटतं, आमचं खेडं भारतातलं सर्वांत गरीब खेडं असेल. ओडिशा राज्यातील एका नाव नसलेल्या टेकडीच्या पायथ्याशी हे वसलेलं आहे. बिरहोर आदिवासी जमातीची शेकडो

कुटुंबं इथं राहतात. ही रानावनात राहणारी जमात आहे. बिरहोर आदिवासींच्या टोळ्या ओडिशा, छत्तीसगड, पश्चिम बंगाल आणि झारखंड येथे राहतात. स्थानिक लोक या बिरहोर आदिवासींना वेगवेगळ्या नावांनी संबोधतात. मयूरभंज आणि संबळपूर जिल्ह्यांमध्ये आम्हाला 'मांकडिया' किंवा 'मनकिर्दिया' म्हणूनच ओळखण्यात येतं. आमच्या जमातीचे लोक माकडं पकडून त्यांचं मांस खात. कदाचित, त्यामुळेच आम्हाला हे नाव प्राप्त झालं असावं.

लहानाचं मोठं होत असताना प्रत्येक दिवस हा आमच्यासाठी संघर्ष होता. आमच्याकडे स्वतःच्या मालकीची शेतजमीन नसल्यानं आम्ही दुसऱ्यांच्या शेतात मजूर म्हणून काम करायचो. ऊसतोडणी, डाळींची लागवड, कोळशाच्या खाणीत काम, रस्त्यावर दगड फोडण्याचं काम- जे काही काम मिळेल ते आम्ही करत असू.

प्रत्येक उन्हाळ्याच्या सुरुवातीला डोक्यावर बाडबिस्तारा घेऊन आमचे वडील आमचा निरोप घेऊन कामाच्या शोधात निघत. माझे वडील अवघे अडतीस वर्षांचे होते. त्यांचं नाव सुदाम मांकडिया. असेच एका वर्षी ते पायी चालतच प्रवासाला निघाले. आमच्या गावापासून पश्चिम बंगालच्या खाडीत असलेल्या एका ताडाच्या बागेत ते तब्बल एक आठवड्यानं जाऊन पोहोचले. त्यांची अंगकाठी तशी मजबूत असल्यामुळे एका कंत्राटदारानं त्यांना कामावर ठेवून घेतलं. हा एक ट्रॅव्हल एजंट होता आणि तो मजुरांना कंत्राटी कामावरही ठेवून घेत असे. या ताडाच्या बागांमध्ये काम करायला शारीरिक ताकदीची आणि अंगात चापल्य असण्याचीही गरज होती. मजुरांना झाडाच्या शेंड्यापर्यंत वर चढावं लागायचं. शिवाय त्यांच्या हातांना, कमरेला दोरखंडसुद्धा बांधलेले नसत. त्यामुळे पडण्याचा धोका असे. ही झाडं चार ते पाच मजली इमारती एवढी उंच असत. ताडाच्या झाडावर चढून त्याच्या खोडाला एक खाच पाडून त्यातून झिरपणारा चीक या मजुरांना भांड्यात गोळा करावा लागे. हे मजूर अक्षरशः माकडांच्या चपळाईनं कसरत करत सरसर झाडावर चढत जात म्हणून लोक त्यांचा उल्लेख 'माकड-माणूस' असाच करत. रोज सायंकाळी कंत्राटदार येऊन मजुरांनी गोळा केलेलं ते झाडाचं 'दूध' (चीक) ताब्यात घेऊन जमशेदपूरच्या एका कन्फेक्शनरीत नेऊन पोहोचवत असे.

आम्ही एकंदर पाच भावंडं- दोन भाऊ आणि तीन बहिणी. मी माझ्या आई-वडिलांचं तिसरं अपत्य. माझ्याहून मोठे दोन भाऊ. हे वयानं माझ्यापेक्षा बरेच मोठे होते. मी तेव्हा नऊ वर्षांची होते. प्रकृतीनं खूप नाजूक होते. माझे केस लांब, काळेभोर होते. त्याच्या घट्ट दोन वेण्या घालून त्या वर बांधलेल्या असायच्या. माझे डोळे माझ्या आईसारखेच जरासे तिरके, लांबट आणि सुंदर. मी माझ्या वडिलांचं कोरीव नाक आणि जरा जाडसर ओठ घेतले आहेत. आमच्या इकडची वयस्कर माणसं एक-दोनदा माझ्याविषयी बोलत असताना माझ्या कानावर आलं. त्यांच्या मते माझं धारदार नाक हे माझ्या बुद्धिमत्तेचं लक्षण होतं, तर माझे जाडसर ओठ हे माझ्या तापट स्वभावाचं द्योतक होतं. मला काही हे गुण स्वतःला चिकटवून घेण्याची हौस नव्हती; पण माझ्या वडिलांच्या बाबतीत मात्र ही गोष्ट खरीच होती, हे मलाही समजत होतं.

मी नाकात एक सोन्याची नथनी घालत असे. त्यामुळे माझा चेहरा अधिकच खुलून दिसे. मी पहाटे लवकर उठून माझ्या आईला घरकामात मदत करत असे. मी रात्री खूप उशिरा अंथरुणावर पाठ टेकत असे. माझ्या पाठच्या दोन बहिणी होत्या. त्यांचा सांभाळ करण्यात मी आईला खूप मदत करत असे. सात वर्षांची मीनू आणि पाच वर्षांची सिन्नू. कुरळ्या केसांच्या माझ्या या बहिणी खूप खोडकर होत्या. रानावनात माकडांच्या पाठीमागे धावून, त्यांना पकडून मारणं, पक्ष्यांना जाळ्यात पकडणं, अशा गोष्टींतच त्यांना जास्त रस होता. रानातल्या झऱ्यावरून पाणी भरून आणायला त्यांना मुळीच आवडायचं नाही. भारतातील इतर लक्षावधी मुलांप्रमाणेच शाळेत जाऊन शिकण्याचं भाग्य आमच्या नशिबी कधी नव्हतंच. ज्या काट्याकुट्यांनी भरलेल्या जगात आम्ही जन्माला आलो होतो, त्यात स्वतःचा बचाव करत करत कसं जगायचं, हेच आम्ही लहानपणापासून शिकत आलो.

आमच्या या छोट्याशा नेमीगुडा गावापासून जवळचा बसस्टँड ३० किलोमीटर अंतरावर होता. पण नागरी संस्कृतीपासून तर आमचं खेडं अक्षरशः शेकडो किलोमीटर लांब होतं. आम्ही मांकडिया आदिवासी जमातीचे लोक माकडं मारून खाऊन आमचं पोट भरायचो; कारण बऱ्याचदा आम्हाला दुसरं काही अन्न मिळायचंच नाही. पण पुढे राज्य

सरकारनं माकडांना पकडून मारण्यावर बंदी आणली. त्यामुळे आम्हाला पोटाला अन्नच मिळेनासं झालं. त्यामुळे नेमीगुडामध्ये राहणाऱ्या इतर लोकांप्रमाणे माझे कुटुंबीयसुद्धा काम मिळवण्यासाठी दारोदार भटकत होते.

दर वर्षी उन्हाळ्याच्या सुरुवातीला काम मिळण्याची संधी यायची. विड्या वळण्यासाठी तेंदूच्या झाडाची वाळलेली पानं लागत. ती गोळा करण्याचं काम मिळायचं. त्यानंतरचे कित्येक आठवडे भल्या पहाटे उठून इतर गावकऱ्यांबरोबर माझी आई आणि भाऊ बाहेर पडत. जवळच्या रानात बरीच तेंदूची झाडं होती. हे काम तसं जिकिरीचं होतं. एक एक पान सुटं करून ते पाठीवरच्या गोणीत टाकावं लागे. असं कित्येक तास त्याचं काम चालायचं. एक तास पानं गोळा करून झाली, की थांबून पन्नास-पन्नास पानांचे गठ्ठे करावे लागत. त्यांनी जर खूप भराभर न थकता काम केलं, तर दिवसभरात प्रत्येकी २० गठ्ठे तरी करून होत. ५० पानांच्या एका गठ्ठ्याचे तब्बल दोन रुपये मिळत. सुरुवातीच्या काही दिवसांत रानाच्या कडेला असलेल्या झाडांची पानं गोळा करता येत असत. तेव्हा माझी आई आणि भाऊ मिळून किमान १०० गठ्ठे तयार करत. माझ्या भावांच्या अंगात काही एक झटक्यात झाडाचं पान तोडून वेगळं करण्याचं कौशल्य नव्हतं, पण ते तिघं मिळून संध्याकाळी किमान १०० रुपये मिळवून घरी परत येत. त्यात आमच्या कुटुंबाचं पोट कसंबसं भरत होतं.

एक दिवस आमच्या नेमीगुडा गावात तसंच आजूबाजूच्या खेड्यांमध्ये एक बातमी पसरली. शेजारच्या झारखंड राज्यातील झरिया कोळशाच्या खाणींच्या परिसरातच एक हॉकी प्रशिक्षण संस्था सुरू करण्यात आली होती. त्या संस्थेतर्फे आदिवासी मुलींना प्रशिक्षण आणि शाळेचं शिक्षण मोफत देण्यात येणार होतं. त्या मोबदल्यात संस्थेच्या आवारात त्या मुलींकडून शेतीकाम करून घेतलं जाणार होतं. ते ऐकून अनेक स्त्रिया गावातल्या सावकाराकडे धावल्या. स्वतःचे जे काही थोडेफार दागिने असतील, ते गहाण टाकून त्यांनी कर्जाऊ पैसे काढले. या संस्थेत आपल्या मुलीला प्रवेश मिळावा यासाठी जे काही पैसे चारावे लागणार होते, त्यांची व्यवस्था करण्यासाठी त्यांचा हा खटाटोप होता. ज्या बायाबापड्यांच्या अंगावर गहाण टाकण्यासाठी फुटका मणीसुद्धा नव्हता,

त्यांनी तर घरातली एकुलती एक दुभती गाय किंवा दारात बांधलेला धष्टपुष्ट बोकडसुद्धा गहाण टाकला.

कंत्राटदारानं ज्या काही मुलींची निवड केली होती, त्यांना झारखंडला घेऊन जाण्याची व्यवस्थाही तोच करणार होता. "उद्या पहाटे चार वाजता माझा ट्रक इथे येईल," तो त्या मुलीच्या आई-वडिलांना म्हणाला.

सगळ्या पालकांच्या वतीनं माझे वडील त्याला म्हणाले, "आणि आमच्या मुली परत कधी येणार?"

"दर वर्षी मकर संक्रातीच्या काळात," तो कंत्राटदार तुटकपणे म्हणाला.

माझ्या चेहऱ्यावर भीतीची छाया स्पष्ट उमटली. ते पाहून माझी आई माझी समजूत घालत म्हणाली, "झन्नू, तुझी मैत्रीण बिनिताचं काय झालं, माहित्येय ना?" आमच्या शेजारची मुलगी अगदी लहान असतानाच तिच्या आई-वडिलांनी तिला एका अंध माणसाला विकलं होतं. त्या पैशांमधून राहिलेल्या कच्च्याबच्च्यांच्या पोटात चार घास पडावे, या उद्देशानं.

दुसऱ्या दिवशी भल्या पहाटे जेव्हा ट्रकचा भोंगा वाजला, तेव्हा बाहेर मिट्ट काळोखच होता. ज्या मुलींची निवड झाली होती, त्या आम्ही सर्व मुली अंधारातच ट्रकची वाट बघत उभ्या होतो. आमच्या आयांनी पहाटे उठून रांधून आम्हाला शिदोरी बांधून दिली होती.

आमचा प्रवास संपतच नव्हता. अखेर खूप वेळानंतर तो ट्रक एकदाचा एका लांबलचक रस्त्यासमोर थांबला. शेडच्या भिंतींना टाइल्स बसवलेल्या होत्या. अजून दिवस उजाडलाही नव्हता. एकुलता एक १०० वॉटचा दिवा त्या संपूर्ण शेडला कितपत प्रकाश देऊ शकणार? त्यामुळे सर्वत्र अंधाराचंच साम्राज्य होतं.

तिथला रखवालदार एक हडकुळा, पण खत्रुड स्वभावाचा माणूस होता. त्यानं एक बिनकॉलरचा कुर्ता आणि लुंगी असा पेहराव केला होता. त्याचे डोळे चुलीतल्या निखाऱ्यासारखे लालभडक होते.

"या गं सगळ्या जणी. अशा इथं बसा," असं म्हणत तो आम्हाला एका भल्यामोठ्या विस्तीर्ण सभागृहात घेऊन गेला. मग त्यानं आमची मोजणी करून आम्हाला दोन समसमान गट करून वेगवेगळं बसवलं.

मी आणि माझ्या चुलतबहिणी आता वेगवेगळ्या गटांत दाखल झालो. मला पहिल्या गटात पाठवण्यात आलं. तिथं खूप अनोळखी चेहरे भेटले. सगळंच खूप विचित्र वाटत होतं. आम्ही आठवडाभर तिथं राहिलो.

दुसरा दिवस रविवार होता. सकाळीच एक टक्कल असलेला काळाकभिन्न माणूस काळा सूट घालून त्या ठिकाणी आला. त्याच्या हातात दोन लठ्ठ ब्रीफकेस होत्या. तो बराच वेळ आमच्या कंत्राटदाराशी बोलत होता. तो जोपर्यंत आत होता, तोपर्यंत आम्हाला आत जाण्यास बंदी करण्यात आली होती. तो निघून गेल्यावर कंत्राटदार लगबगीनं आमच्यापाशी आला. तो खूश दिसत होता, ''चला गं, झटपट तयार व्हा,'' तो म्हणाला. हातानं टाळ्या वाजवत तो म्हणाला, ''तुमचं प्रशिक्षण उद्यापासून सुरू होईल.''

त्याच संध्याकाळी त्यांनी आम्हाला एका वेगळ्या इमारतीत हलवलं. आम्हाला एका खोलीत कोंडण्यात आलं. खोलीत शिरल्यावर मी इकडेतिकडे पाहत होते, तर मला तिथं एक घृणास्पद चेहऱ्याचा माणूस दिसला. तो तोंड उघडून विजयी मुद्रेनं हसत म्हणाला, ''कंत्राटदारसाहेब, तुमचं काम संपलं. जा आता तुम्ही.''

मी प्रचंड घाबरले. त्या वेळी माझ्या मनात विचार आला, 'आता काही आपली इथून सुटका होत नाही. अगदी या माणसाशी चार हात करून आपण इथून सुटलो, तरीसुद्धा आपल्याला पळून जाता तर येणारच नाही. मुख्य प्रवेशद्वार जाड साखळदंडांनी बंद करून घेण्यात आलंय. आता संपलंच सगळं. अरे देवा! हे लोक आता आपलं काय करणार आहेत?'

मग लगेच माझ्या मनात आलं, 'आपल्याला यांनी विकून टाकलंय. आपण आता गुलाम आहोत. आता काहीच करण्यासारखं उरलेलं नाहीये. आता सगळं देवावर आणि नशिबावर सोडण्याशिवाय गत्यंतरच नाही.'

काही तासांनंतर त्या घृणास्पद चेहऱ्याच्या माणसानं आम्हाला बाहेर काढून एका ट्रकमध्ये कोंबलं. मुक्या जनावरांना कत्तलखान्यात घेऊन जाण्यासाठी कोंबावं, तसं. सुमारे एक तासाच्या प्रवासानंतर आम्हाला खाली उतरवण्यात आलं. ते रांची स्टेशन होतं. तिथं एक

माणूस आमच्यासाठी थांबला होता. त्याचा चेहरा इतका कठोर होता, की माझी पाचावर धारण बसली. मी मोठमोठ्यांदा ओरडण्यास सुरुवात केली, "वाचवा! वाचवा!" मी रेल्वेस्टेशनच्या मुख्य फाटकाकडे तोंड वळवून जिवाच्या आकांतानं ओरडत सुटले. कुणीतरी आपलं ओरडणं ऐकून आपल्या मदतीला धावून येईल, अशी मला आशा वाटली. "वाचवा! वाचवा! वाचवा!"

"अरे तिला पकडा!" तो टक्कलवाला माणूस ओरडला, "तिला आधी ताब्यात घ्या आणि तिचं ओरडणं बंद करा!"

काही लोक माझ्या अंगावर धावून आले. त्यातल्या दोघांनी माझे हात-पाय पकडून मला सरळ उचललं. मी किंचाळणं चालूच ठेवलं. पण त्यातल्या एकानं माझ्या तोंडावर हात ठेवून ते बंद केलं. मी गप्प झाले.

पण या सगळ्या गदारोळाकडे एका रेल्वे पोलीस सबइन्स्पेक्टरचं लक्ष वेधलं गेलं. तो तातडीनं आमच्यापाशी आला. त्याबरोबर ते गुंड मला तिथंच टाकून पळून गेले; पण रेल्वे पोलिसांनी त्यांचा पाठलाग करून त्यांना ताब्यात घेतलं. मग त्या दलालानं सरळ कबूलच केलं, की तो आम्हाला सौदी अरेबियाला नेऊन विकणार होता. रांची पोलिसांनी ओडिशा पोलिसांशी संपर्क साधून त्यांना ही हकिगत कळवली. दुसऱ्या दिवशी आम्हाला भुवनेश्वरला पाठवण्यात आलं.

एव्हाना ही गोष्ट आमच्या आई-वडिलांना कळवण्यात आली होती. ते ताबडतोब आम्हाला भेटायला भुवनेश्वरला आले. मी माझ्या वडिलांना मिठी मारली. माझ्या डोळ्यांतून घळाघळा अश्रू वाहत होते.

त्यानंतर ओडिशा डायरेक्टर जनरल ऑफ पोलीस यांनी एक पत्रकार परिषद घेऊन या प्रकरणाचा गौप्यस्फोट केला. त्यांनी त्या ठिकाणी जाहीररीत्या माझी प्रशंसा केली. माझ्या वडिलांनी मला शिकवण्यासाठी शाळेत पाठवावं, अशी त्यांनी वडिलांना सूचना केली. सुरुवातीला माझे वडील त्या गोष्टीला तयार नव्हते; पण नंतर ते राजी झाले.

भुवनेश्वरमधील 'कलिंगा इन्स्टिट्यूट ऑफ सोशल सायन्सेस' या निवासी संस्थेनं मला दत्तक घेतलं. दुसऱ्या दिवसापासून माझा अभ्यास सुरू झाला. मी एक हुशार विद्यार्थिनी होते. मला वाचता येऊ लागलं. मी जे काही वाचे, ते माझ्या व्यवस्थित लक्षात राहत असे. मी ते लिहून

काढू शकत असे किंवा पाठही म्हणून दाखवू शकत असे.

अत्यंत वेगानं वर्षं लोटली. मी ओडिशा बोर्डाच्या परीक्षेला बसले. परीक्षा झाल्यावर दीड महिन्यात निकाल जाहीर झाला. मी चांगल्या गुणांनी उत्तीर्ण झाले.

मी आज अत्यंत अभिमानानं असं सांगते, की मी बिरहोर मांकडिया जमातीतील पहिली द्विपदवीधर मुलगी आहे. मी लवकरच एक विश्वस्त निधी स्थापन करणार आहे. तो आदिवासी मुलींच्या शिक्षणासाठी असेल. मी आमच्या गावच्या लोकांना, तसंच इतर गावातील लोकांना त्यांच्या लहान मुलांना शाळेत पाठवून शिकवण्यासाठी प्रोत्साहन देणार आहे. मांकडिया जमातीनं 'माकडं मारणारी जमात' असं नाव मिळवण्यापेक्षा कॉम्प्यूटर चालवायला शिकावं, आधुनिक भारताच्या मुख्य प्रवाहात समाविष्ट होऊन नाव कमवावं, अशी माझी इच्छा आहे.

**– नीलमणी सुतार**

❖

# सविताची गोष्ट

सविता जेव्हा घरकामासाठी आमच्याकडे येऊ लागली, तेव्हा मी माध्यमिक शाळेत होते. तेव्हा माझी आई तिच्यामागे घरभर हिंडायची. एकीकडे सविता फरशी पुसायची, सामानाची धूळ झटकायची, वरकाम करायची तेव्हा तिच्या आणि आईच्या गप्पागोष्टी चालायच्या. आई तिच्याशी गप्पा मारण्याच्या बहाण्यानं तिच्या कामावर पण नजर ठेवायची. कारण कोणतीही बाई घरकामाला ठेवल्यानंतर सुरुवातीचे काही दिवस तरी घरमालकिणीच्या मनात तिच्याविषयी संशय असतोच. सविताच्या दृष्टीनं मात्र या गप्पा मारल्यामुळे तिचं काम झटपट उरकायचं. त्यातला कंटाळवाणेपणा निघून जायचा.

अशा कारणानं त्या दोघींच्या गप्पा सुरू झाल्या खऱ्या; पण हळूहळू त्यांना ते इतकं आवडायला लागलं, की आपण एकमेकींना कधी भेटतो, हितगुज करतो याची नकळत त्या वाट बघू लागल्या. आजवर आमच्या घरी कामाला ज्या कुणी बाया होत्या, त्यांच्यासारखी ही सविता मुळीच कामचुकार नसल्याचं माझ्या आईच्या लगेच लक्षात आलं. ती एकटी असली, तरीही ती मन लावून सगळं नेमून दिलेलं काम अगदी नीट करायची. सवितालासुद्धा एक गोष्ट कळून चुकली होती, की माझी आई तिचं सगळं बोलणं मनापासून ऐकायची. तिला आईपाशी निःसंकोचपणे मन मोकळं करता यायचं. आईच्या मनात तिच्याविषयी सहानुभूती होती. प्रसंगी ती सविताला चार हिताच्या गोष्टी सांगतही असे. सल्ला देत असे.

सविता कोलकात्याच्या जरा लांबच्या उपनगरात राहत होती. ती किमान दहा घरी धुणंभांड्याची कामं करायची. ती रोज सकाळी भल्या

पहाटे उठायची. ती पहिल्या घरी तर सकाळी सहा वाजण्यापूर्वीच कामावर हजर व्हायची. पैसे वाचवण्यासाठी ती तिच्या घरापासून कित्येक किलोमीटर पायी चालत रेल्वे स्टेशनवर यायची आणि रेल्वेच्या मालवाहतुकीच्या डब्यातून प्रवास करून कामावर यायची. ज्या घरी कामं करायची, तिथल्या मालकिणींनी दिलेल्या जुन्या साड्याच ती नेसत असे. मध्यरात्र उलटून गेल्याशिवाय तिचा दिवस मावळत नसे. घरखर्च भागवण्यासाठी जेवढी काटकसर करणं शक्य होतं, तेवढी ती करत असे.

काही दिवसांनंतर आम्हाला समजलं, की सविताचा नवरा अपंग असून, तो घरीच असतो. कारखान्यात कामावर असताना झालेल्या अपघातात त्याला एक पाय गमवावा लागला होता. तो जेव्हा कामावर जात होता, तेव्हा त्यानं मिळवलेला सगळा पैसा दारूत उडवला होता आणि राहिलेला वेळ शिवीगाळ करण्यात! त्यामुळेच त्यानं काहीच बचत केलेली नव्हती. अखेर तो अपंग होऊन घरी बसला होता. त्याला निवृत्तिवेतनही नव्हतं. आणि आता बायकोच्या कमाईतले बरेचसे पैसे त्याच्या औषधपाण्यावर खर्च होत होते. तो दिवसाचा सगळा वेळ गेलेल्या दिवसांच्या आठवणी काढून रडत-भेकत घालवायचा.

या इतक्या प्रतिकूल परिस्थितीशी झगडा देण्यासाठी सविताकडे इतकी शक्ती कुठून येत होती, देव जाणे! ही शक्ती बहुधा तिला तिची मुलगी शांता हिच्याकडून मिळत असावी. सविताने शांताला स्थानिक खासगी इंग्रजी माध्यमाच्या शाळेत घातलं होतं. सरकारी शाळांमधून जे शिक्षण मिळतं, त्याची पातळी फारशी वरची नसते, असं सविताचं मत होतं. त्यासाठीच ती काबाडकष्ट करत होती. आपल्या मुलीविषयी बोलताना तिच्या डोळ्यांत चमक दिसायची. तिचं हृदय प्रेमानं भरून यायचं. आजवर कोणत्याही परीक्षेत शांतानं ६० टक्क्यांपेक्षा कमी गुण कधीही मिळवले नव्हते, या गोष्टीचा तिला अभिमान होता. शांता प्रत्येक परीक्षेत तिच्या वर्गात पहिल्या दहांत असायची. शिवाय तिला वर्गातल्या इतर विद्यार्थ्यांप्रमाणे खासगी शिकवणीसुद्धा नव्हती. तेवढी त्यांची ऐपतच नव्हती.

सविता स्वतः अशिक्षित होती. पण तरीही शिक्षणाचं जेवढं महत्त्व सविताला कळलं होतं, तेवढं फार क्वचितच लोकांना समजलं असेल.

शांताला शाळेत वह्या, पुस्तकं, गणवेश इत्यादीसाठी जो काही खर्च यायचा, तो भागवण्यासाठी सविता जिवापाड मेहनत करायची. नशिबानं शांताच्या एका शिक्षकांनी तिच्यात विशेष रस घेतला होता. तिची हुशारी त्यांनी जाणली होती. त्यांच्याच प्रयत्नांनी शांताला शाळेच्या विश्वस्तनिधीतून शिष्यवृत्ती मिळाली होती. त्यातून तिचं शाळेचं शुल्क भागत असे. सविताचा भार त्यामुळे बराच कमी झाला होता. सविताचा नवरा दमेकरी होती. इतरही अनेक व्याधींनी त्याच्या शरीराला ग्रासलं होतं. त्याच्या औषधपाण्याचा खर्च तर दिवसेंदिवस वाढतच चालला होता.

एक दिवस बोलण्याच्या ओघात माझ्या आईला असं कळलं, की सविताची मुलगी माझ्याहून एक वर्षं लहान होती. ती मागच्या इयत्तेत शिकत होती. तेव्हापासून वर्ष संपल्यानंतर तिनं माझी पाठ्यपुस्तकं सविताच्या मुलीला देण्यास सुरुवात केली. या गोष्टीचा थोडा फायदा मलाही झाला. त्याआधी सगळ्या उच्चभ्रू लोकांच्या मुलांप्रमाणे मलाही माझी पुस्तकं निष्काळजीपणानं वापरण्याची सवय होती; पण शांता माझी पुस्तकं वापरणार आहे, हे समजल्यावर मी ती जास्त काळजीपूर्वक वापरण्यास सुरुवात केली. मी गबाळी, निष्काळजी, अव्यवस्थित आहे, असं शांताचं मत झालेलं मला आवडलं नसतं. त्यामुळेच आता मी वह्या-पुस्तकं जपून वापरू लागले, सुवाच्य अक्षरात नोट्स काढू लागले.

शांताच्या शाळेला सुट्टी असली, की ती कधीकधी आईबरोबर आमच्याकडे यायची. मग ती आईला कामात मदत करायची. पिण्याचं पाणी दूरच्या नळावरून कळशीतून भरून आणायची. त्यानंतर वेळ शिल्लक राहिला, की ती स्वयंपाकघरात मांडी घालून अभ्यास करत बसायची. माझी आई कधीतरी तिला अभ्यासात मदत करायची. अवघड विषय तिला समजावून सांगायची. ती शांताला फळं आणि खाऊपण द्यायची. सवितासुद्धा आम्ही नेमून दिलेल्या कामापेक्षा चार कामं जास्तच करायची. ती ते तिच्या मनानंच करायची. आम्ही तिला कधीच तसं सांगितलं नव्हतं.

अशा तऱ्हेनं माझ्या आईचं आणि सविताचं नातं अधिकाधिक दृढ होत गेलं. ते आता मालक-नोकर असं नातं राहिलं नव्हतं.

काही वर्षं गेली. सविताची मुलगी शांता आता दहावीत होती.

त्याच वर्षी ती बोर्डाच्या परीक्षेला बसणार होती. आपली मुलगी आपली मान नक्की उंचावणार याची सविताला खात्रीच होती. शालान्तपूर्व परीक्षेत शांता तिच्या वर्गात पहिली आली होती; पण सविताच्या नशिबात काही वेगळंच वाढून ठेवलेलं होतं.

बोर्डाच्या परीक्षेला केवळ एक महिना उरलेला असताना शांता आजारी पडली. डॉक्टरांनी विषमज्वर असं तिच्या दुखण्याचं निदान केलं, पण ते निदान होण्यास खूप उशीर झाला होता. निदान होण्यापूर्वी तिच्यावार जे उपचार करण्यात आले, तेच तिच्या प्रकृतीला घातक ठरले. सवितानं आमच्याकडे काही दिवसांची रजा मागितली. माझ्या आईनं तिला पुढच्या महिन्याचा पगार आणि वर काही पैसेसुद्धा दिले.

बोर्डाची परीक्षा सुरू व्हायच्या आदल्या दिवशी सविताची मुलगी सरकारी रुग्णालयात मरण पावली. तिची शेजारीण आमच्याच भागात घरकामाची कामं करत असे. तिच्याकडून आम्हाला ही बातमी कळली. सवितावर तर आकाशच कोसळलं होतं! तिचं अवघं जगच उद्ध्वस्त झालं होतं. तिचं रडणं थांबतच नव्हतं, असं तिच्या शेजारणीनं आम्हाला सांगितलं.

त्यानंतर एका आठवड्यातच सविता पुन्हा कामावर रुजू झाली. तिच्या डोळ्यांखाली काळी वर्तुळं उमटली होती. तिचे केस एका रात्रीत पांढरे झाल्यासारखे भासत होते. ती पूर्वीची सविता उरलेलीच नव्हती. ती तिच्या स्वतःच्या सावलीसारखी उरली होती. तिनं आमचं काम सोडलं नाही, पण इतर अनेक कामं सोडली. "आता मुलीच्या शिक्षणाचा खर्चच नाही, तर पैसे मिळवून तरी काय करायचं?" असं तिचं म्हणणं होतं. पण पूर्वीच्या तुलनेनं आता इतकं कमी काम करूनसुद्धा ती खूप ओढलेली, खंगलेली दिसायची.

त्या घटनेनंतर तिचं हसणं, बोलणं बंदच होऊन गेलं. ती पूर्वीइतकंच प्रामाणिकपणे काम करायची; पण जणूकाही उरावर एक धोंडा घेऊन ती काम करायची. त्या दुःखानं तिचा सगळा जीवनरसच शोषून घेतला होता. भविष्याच्या स्वप्नांची राख झाली होती. आयुष्यातला आनंदच संपून गेला होता.

पुढे आम्ही दुसरीकडे राहायला गेलो. आता सविता आमच्याकडे कामाला येत नव्हती. एक दिवस माझी आई काही कामानिमित्त

आमच्या जुन्या घराच्या परिसरात गेली असताना तिची सविताशी गाठ पडली. त्या वेळी मी कॉलेज शिक्षण संपवून दुसऱ्या गावी नोकरीला लागले होते. सविताशी भेट झाल्याचंसुद्धा माझ्या आईनं मला फोनवरच सांगितलं. ती कशी झाली, तेही सांगितलं.

आई आमच्या जुन्या घराच्या जवळून जात असताना तिला एक सेकंडहँड पुस्तकांचं दुकान दिसलं. त्या दुकानातून सविता काही पुस्तकं खरेदी करत होती. ती आता वयस्कर झाली होती, पाठीत वाकली होती. सवितानं माझ्या आईला लगेच ओळखलं. ती हसली.

आईनं थांबून तिला विचारलं, "तू इथं काय करतेस?"

"मी माझ्या शेजारणीच्या मुलासाठी ही पुस्तकं विकत घेतेय," सविता म्हणाली. "अहो, तो मुलगा खूप हुशार आहे. वर्गात नेहमी पहिला येतो. त्याला मोठं झाल्यावर डॉक्टर व्हायचंय. पण त्याचे आई-वडील खूप गरीब आहेत. त्याचे वडील तर नेहमी दारू पिऊन पडलेले असतात. त्याच्या आईला काबाडकष्ट उपसून चार मुलांचं पोट भरावं लागतं. मग याच्या शिक्षणासाठी ते पैसे कुठून आणणार? त्यामुळे मग मी त्याला पुस्तकं घेऊन देते. माझ्या परीनं जेवढं जमेल तेवढं करते. आता मी या जगात एकटीच आहे. मी तरी जास्त पैसे स्वतःसाठी ठेवून काय करू? मला जगण्यासाठी कुठं काय ध्येय आहे? पण या मुलाचं शिक्षण जर नीट पार पडलं, तर पुढे त्याचं आयुष्य मार्गी लागेल."

माझी आई फोनवरून मला हे सगळं सांगत असताना तिला हुंदका फुटला. जणू काही शांता वरून, स्वर्गातून खाली बघते आहे, असा मला भास झाला.

**– सुभ्रोव्रत**

❖

# ॲसिड

मला पहिल्यापासूनच सोशल नेटवर्किंग हा प्रकार काही फारसा रुचत नाही. मैत्री करायची म्हणजे आपल्या आवडत्या माणसांना थेट जाऊन भेटायचं, असं माझं मत आहे. शिवाय या सोशल नेटवर्किंगच्या माध्यमातून मुलानं मुलीला फशी पाडल्याच्या इतक्या बातम्या वर्तमानपत्रातून वाचायला मिळतात, की अशा एखाद्या नेटवर्कच्या माध्यमातून परक्या लोकांशी संबंध प्रस्थापित करण्याची मी मनातून भीतीच घेतली होती. पण माझं आणि माझ्या बॉयफ्रेंडचं नुकतंच 'ब्रेकअप' झालं होतं. अशी एखाद्या व्यक्तीमध्ये आपली भावनिक गुंतवणूक झाल्यानंतर जर त्या व्यक्तीबरोबर 'ब्रेकअप' झालं, तर किती एकाकीपणा येतो, हे जो या अनुभवातून गेला असेल त्यालाच फक्त कळू शकेल. माझं आणि महेशचं 'डेटिंग' सुरू झाल्यानंतर मी माझ्या वर्गातल्या इतर अनेक मंडळींशी मैत्री तोडली होती. त्यामुळेच आमचं ब्रेकअप झाल्यावर मी फारच एकटी पडले. पण महेशच्या बाबतीत मात्र असं काही झालं नाही. माझ्या असं कानावर आलं की, आमच्या ब्रेकअपनंतर सुमारे महिनाभर तो दारू पिऊन सैरभैर झाल्यासारखा वागत होता, कॉम्प्यूटरवर दिवसचे दिवस नुसता गेम्स खेळत बसायचा. पण त्यानंतर मात्र तो 'माणसांत' आला. मी मात्र अजूनही माणसांत आले नव्हते. त्यामुळेच काही दिवसांनंतर मी या 'ऑनलाइन डेटिंग'चा मार्ग पत्करला.

त्यासाठी मी जी वेबसाइट निवडली होती, त्यावर मला माझा प्रोफाइल बनवण्यास सांगण्यात आला. मला माझी काही वैयक्तिक माहितीसुद्धा भरून द्यावी लागली. ते सर्व उपचार पार पाडल्यानंतर मला

आसपासच्या ठिकाणांकडून 'रिक्वेस्ट्स' येऊ लागल्या. मी मुंबईत राहत असल्यामुळे मला मुंबईत राहणाऱ्या अनेकांकडून रिक्वेस्ट्स येऊ लागल्या. याच वेबसाइटवर आणखी थोडे पैसे भरून ऑनलाइन चॅटिंगची सुविधासुद्धा उपलब्ध होती. मी एकदा ते पैसे भरताच माझी इनबॉक्स भरमसाट जंक ईमेल्सनी भरून गेली. मी असल्या ईमेल्सना कधीही उत्तर पाठवत नसे, पण रोज संध्याकाळी ठरावीक वेळासाठी मी चॅटरूममध्ये साइनइन करून वेगवेगळ्या लोकांशी खेळीमेळीच्या गप्पा मारायला सुरुवात केली. एक दिवस असंच मी चॅटरूममध्ये साइनइन केल्यावर मला हिमांशू भेटला.

"हे, वॉना चॅट?"

"येस," मी उत्तर टाइप केलं. त्यानंतर आमच्यात मेसेजेसची भलीमोठी शृंखला सुरू झाली.

"मग, तू काय करतेस?"

"शिकतेय, बी.टेक."

"मी पण –" त्यानं टाइप केलं.

"ओह आय सी! तू कुठला?" मी विचारलं.

"मुंबईचा."

"मी मूळची चेन्नईची, पण आता शिकण्यासाठी इथे मुंबईत येऊन राहिलेय."

"कूल... हे बघ, माझी आई आहे इकडे. बाय."

"बाय –" मी टाइप केलं. या आमच्या चॅटिंगमधून नक्की काय समजायचं, ते मला कळेना.

मग मी त्याचं प्रोफाइल पाहिलं. त्यानं लावलेले फोटोसुद्धा पाहिले. तो मला चांगला वाटला, सज्जन वाटला.

काही दिवसांतच हिमांशूचा मला मेसेज आला. त्यानं माझा ईमेल आयडी मागितला होता. म्हणजे आम्हाला चॅट करता आलं असतं. आधी तर मी त्याला नकारच देणार होते; पण मला त्याचा प्रोफाइल फोटो आवडला होता. तो खूपच गोड होता आणि महेशपेक्षा दिसायला कितीतरी चांगला होता.

त्या दिवशी रात्री, जरा उशिरा मी माझ्या मोबाइलवरून माझ्या ईमेलला लॉगइन केलं. हिमांशू लॉगइन करून कधी ऑनलाइन येतो,

याची वाट पाहू लागले.

माझी रूम पार्टनर मनाली फारच चौकस होती. त्यामुळे मी पांघरुणात दडून मोबाइल बघत होते. काही क्षणानंतर मला तिचा आवाज आला, "काय गं, अशी पांघरुणात लपवून का मोबाइल बघते आहेस? कुणी नवीन बॉयफ्रेंड मिळाला की काय?"

मग मी पांघरुणातून हळूच चेहरा बाहेर काढला, तर मनाली झोपाळलेल्या डोळ्यांनी माझ्याकडे बघत होती. 'ही मुलगी कधी सुधारणार?' मी मनात म्हटलं. मग तिला म्हणाले, "नाही गं. तू झोपली होतीस ना? तुला त्रास होऊ नये म्हणून, बाकी काही नाही," असं घाईघाईनं म्हणून मी तिच्याकडे पाठ करून झोपले.

ती जरा वेळात गाढ झोपून गेल्यावर मी परत माझ्या मोबाइल फोनकडे वळले. हिमांशूकडून तीन मेसेजेस येऊन पडले होते.

"हे, कुठे आहेस तू? असलीस तर उत्तर पाठव."

"हाय," मी लगेच टाइप केलं.

"हॅलो, कशी आहेस?"

"छान. आणि तू?"

"मी पण छान."

"मग मला तुझ्याविषयी काहीतरी सांग ना."

"मी हिमांशू. मी मूळचा मदुराईचा आहे; पण शिक्षणासाठी इथं राहतोय. मी मित्रांबरोबर राहतो. मला प्रवासाची आवड आहे आणि मी इंजिनिअरिंगला आहे."

"तुझ्या आई-वडिलांबद्दल पण थोडंफार सांग ना."

"माझे डॅडी इंजिनिअर आहेत, नोकरी करतात आणि मॉम गृहिणी आहे. मला एक बहीण आहे. तिचं लग्न झालंय. ती शिकागोला असते."

"कूल," मी टाइप केलं.

"आता तुझ्याबद्दल सांग," तो म्हणाला.

"माझं नाव प्रतीक्षा. माझं बी.टेक.चं शिक्षण पूर्ण झालं, की मला एम.बी.ए. करायचंय. मला एक लहान भाऊ आहे. डॅडचा स्वतःचा व्यवसाय आहे."

"पण तुझ्या ऑनलाइन प्रोफाइलमध्ये तर तुझं नाव 'सुमेधा'

असल्याचं मी वाचलं. हे कसं काय?''

''अरे, अशा वेबसाइट्स फारशा सुरक्षित नसतात. कसले कसले लोक असतात आजूबाजूला, त्यामुळे कुणीच आपलं खरं नाव वापरत नाही.''

''अरे, पण मी तर माझा फोटोसुद्धा लावलाय ना त्या वेबसाइटवर.''

''ते ठीक आहे रे. तू मुलगा आहेस.''

''म्हणजे, मुलांचं काही झालं तर हरकत नाही? त्यांचं काहीच बिघडत नाही असंच तुला सुचवायचंय ना?''

''नाही, नाही. पण मुलीच्या बाबतीत बरेच गैरप्रकार होऊ शकतात.''

''हं,'' त्याची प्रतिक्रिया.

त्यानंतर त्यानं टाइप केलं, ''मला तुझे फोटो बघायला मिळतील?''

'आता गाडी कशी बरोबर रुळावर आली,' माझ्या मनात आलं. हे तर नेहमीचंच होतं. मी आजपर्यंत इंटरनेटच्या माध्यमातून जेवढ्या मुलांना भेटले, त्या सर्वांनाच पुष्कळ फोटो बघायची इच्छा असे. ते पुढचे काही महिने चॅटही करत, आणि मग अचानक गायब होत. त्या मुलांना काही दिवस टाइमपास म्हणून असं चॅटिंग वगैरे करून शेवटी आपल्या मम्मी आणि पप्पांच्या पसंतीच्या मुलीशी लग्न करायचं असे.

''फोटो पाठवण्याइतकी अजून आपली नीट ओळख पण झालेली नाहीये, नाही का?'' मी टाइप केलं. मी जरा सावध होते. माझी हिमांशूची चॅट करण्याची इच्छा होती, पण इतक्यात त्याला माझे फोटो पाठवावेत की नाही, याविषयी मनात थोडा संदेह होता. अनेक वेळा मुलींचे फोटो भ्रष्ट स्वरूपात इंटरनेटवर गेलेले मी पाहिलं होतं.

''हे बघ, समजा मी तुला माझे फोटो ईमेलवर पाठवले, तर तुझ्या मनातली भीती जरा कमी होईल का?'' त्यानं विचारलं.

''हो.''

त्यानंतर पाच मिनिटांनी त्याचा फोटो माझ्या इनबॉक्समध्ये येऊन दाखल झाला.

''हा फोटो कुठं काढलाय?'' मी विचारलं.

''ऑस्ट्रेलिया.''

''तू ऑस्ट्रेलियाला गेला होतास?''

''हो. तुला मी सांगितलं ना, मला प्रवासाची आवड आहे.''

प्रवासाची आवड म्हटल्यावर परदेश प्रवासाची आवड असेल, हे माझ्या मनातच आलं नव्हतं. म्हणजे हा मुलगा चांगला श्रीमंत असणार. शिवाय स्वभावानंही चांगला वाटत होता. पण अर्थात दिसण्यावारून अंदाज बांधणं कठीण असतं. फसगत होण्याची शक्यता असते. पण त्यानं त्याचा शब्द पाळल्यामुळे मीसुद्धा त्याला माझा फोटो पाठवला.

"तू छान दिसते आहेस."

"थँक्स."

"काही बॉयफ्रेंड्स वगैरे?"

"हं."

"सांग ना."

"एक होता. पण नुकतंच आमचं ब्रेकअप झालं."

"काय?"

"वेल, कारण त्याच्या आई-वडिलांना आमचं लग्न मान्य होणं शक्य नव्हतं आणि तो खोटारडा निघाला..."

त्यानंतर जरावेळ स्क्रीनवर अवघडल्यासारखी शांतता पसरली आणि काही क्षणात हिमांशू ऑफलाइन झाला. तो साइनइन करून परत कधी येतो, याची मी वाट बघत बसले. कदाचित हे आधीच्या बॉयफ्रेंडविषयी ऐकून तो वैतागला असावा...

जरा वेळात तो परत आला.

"हे बघ, मला आता जायला हवं, पण मी तुला माझा मोबाइल नंबर देतो. आपण कधीतरी भेटू."

"चालेल."

मग मी त्याला माझा नंबर दिला. त्यानंही त्याचा नंबर पाठवला. पण अगदी खरं सांगायचं, तर मी मनातून प्रचंड घाबरले होते. 'मी माझा मोबाइल नंबर या मुलाला इतक्या लवकर देऊन काही चूक तर नाही ना केली? मला तर या मुलाविषयी फारसं काहीच माहीत नाहीये,' माझ्या मनात आलं.

दोन दिवसांनंतर आम्ही भेटलो. त्याआधी मी आवश्यक ती सगळी काळजी घेतली. मी कुठे जाणार आहे ते मनालीच्या कानावर घातलं आणि हिमांशूला 'बरिस्ता'मध्ये भेटायचं ठरवलं.

तो खूप छान होता. आम्हाला भेटून पाच मिनिटंही झाली नसतील

आणि आम्ही खूप जुने दोस्त असल्यासारख्या गप्पा मारू लागलो. आम्ही तीन तास बोलत होतो, "तू माझी गर्लफ्रेंड होशील?" तो म्हणाला. 'अरे! असं पहिल्या भेटीत कधी कुणी विचारतं का?' माझ्या मनात आलं; पण मीही आनंदानं होकार दिला.

मी माझ्या नव्या बॉयफ्रेंडविषयी मनालीला ताबडतोब सांगितलं. तिच्याकडून लगेच ही बातमी महेशपर्यंत पोहोचेल, याची मला खात्रीच होती. 'एकदा त्याला कळूच दे, मला त्याच्यापेक्षा कितीतरी देखणा, उमदा बॉयफ्रेंड मिळाला आहे ते!' मी स्वतःशी हसत म्हणाले.

"होस्टेलवर पोहोचलीस का?" हिमांशूचा मेसेज आला. त्याला आता मला मेसेज केल्यावाचून राहवेना.

"हो."

"चालत गेलीस?"

"नाही. टॅक्सी केली. माझं होस्टेल तिथून दहा किलोमीटर अंतरावर आहे. यूज युवर कॉमनसेन्स, बेबी."

"म्हणजे आता मी बेबी?"

"हो. मी आत्ताच तुला म्हटलं ना?" असं टाइप करून मी त्यानंतर एक स्माइली टाकला. नंतर मी त्याला माझे काही फोटोही पाठवले; पण त्याची मागणी वाढतच गेली. त्याला माझे शेकडो फोटो हवे होते. प्रत्येक फोटो वेगळ्या पेहरावातला.

"ए, तू मला तुझा एखादा स्कर्टमधला फोटो पाठव ना."

"नाही हं."

"पण का? मी तुझा बॉयफ्रेंड नाहीये का?"

"आहेस रे... पण..."

"आता पण काय?"

"ठीक आहे. रात्री पाठवीन. आत्ता माझी रूममेट इथं आहे."

मग त्या रात्री मी त्याला हवा तसा फोटो पाठवला आणि त्यानंतर तो बदलूनच गेला. अगदी लगेच बॉयफ्रेंडसारखा वागू लागला.

"मी तुला किस केलं तर चालेल?"

"हो, चालेल."

"कधी?"

"आता पुढच्या वेळी आपण भेटू ना, तेव्हा. पण आणखी काही

चालणार नाही हं. लग्न होईपर्यंत बाकीचं काही नाही,'' मी अगदी ठाम शब्दांत टाइप केलं.

''हे मात्र बोअरिंग आहे हं,'' त्याचं उत्तर आलं.

पुढच्या खेपेला आम्ही भेटल्यावर त्यानं मला किस केलं. मी खूप खूप खूश होते. त्यानंतर आम्ही एकमेकांना बिलगून बसू लागलो. त्यानं आणखी बरंच काही करण्याचा प्रयत्न केला, पण मी त्याला ते करू दिलं नाही. मी स्वतःवर जी बंधनं घालून घेतली होती, ती मी कधीच पार केली नाहीत. आमचं रात्र रात्र चॅटिंग सुरूच होतं. बघता बघता मी त्याच्या प्रेमात पडले.

''प्रतीक्षा, तू अजून व्हर्जिन आहेस का गं?'' त्यानं एका रात्री चॅटवर अचानक प्रश्न केला.

मी त्यावर उत्तर दिलं नाही. आजकाल त्याच्या सगळ्या मेसेजेसमधून सेक्सविषयी आडून आडून खूप बोलणं असे. त्यामुळे मी जरा वैतागलेली होते. अचानक माझ्या एक गोष्ट लक्षात आली. त्याला केवळ सेक्समध्येच रस होता. मग मात्र मी त्याच्याशी ब्रेकअप करण्याचा निर्णय घेतला.

''पण तुला तर याआधी बॉयफ्रेंड होता ना? मग तुम्ही 'बरंच काही' केलं असेलच ना?'' तो आपला मुद्दा सोडायला तयार नव्हता.

''हे जरा अति होतंय. मला पुन्हा मेसेज करू नको. इट्स ओव्हर,'' मी टाइप केलं. मी खरंच खूप चिडले होते. आता मला या मुलाशी काहीच संबंध ठेवण्याची इच्छा नव्हती.

''हा काय मूर्खपणा आहे? हे असं ब्रेकअप वगैरे तू करू शकत नाहीस, बेबी,'' त्याचं उत्तर आलं.

''मी केलंय ब्रेकअप!''

त्यानंतर हिमांशूनं माझा पिच्छा पुरवायला सुरुवात केली. त्याने फोनवर फोन केले. सतत मेसेजेस पाठवू लागला. मी निदान एकदातरी त्याला भेटावं यासाठी तो गयावया करू लागला, पण मी माझ्या निर्णयावर ठाम होते.

''या ॲम सॉरी... सॉरी... सॉरी...'' असं हजारो वेळा लिहून त्यानं मेसेज पाठवला. अखेर मी त्याला भेटण्याचं मान्य केलं. आम्ही भेटलो.

''हे बघ, मला आता तुझ्यात काही रस नाही. इथून पुढे सारखा माझ्या मागे लागू नको, प्लीज,'' मी म्हणाले.

"ओके. बाय बाय, पण फक्त अजून एकच गोष्ट."

"काय?" मी म्हणाले.

त्यानंतर त्यानं जे काही केलं, ते माझ्या कल्पनेच्या पलीकडचं होतं.

"टेक धिस यू बिच," असं म्हणून त्यानं हातातली ॲसिडची बाटली उघडून माझ्या चेहऱ्यावर ॲसिड फेकलं....

मी ओरडत होते, किंचाळत होते. माझी त्वचा जळत होती. मला काहीच दिसत नव्हतं. हे असं माझ्या बाबतीत कसं काय घडू शकतं? माझा विश्वासच बसत नव्हता. माझी शुद्ध हरपली. त्यानंतर मला जाग आली ती हॉस्पिटलच्या खाटेवर.

'मला काहीच का दिसत नाहीये?' हा विचार जागं झाल्याक्षणी माझ्या मनात आला. मग माझ्या डोक्यात प्रकाश पडला त्या ॲसिडमुळे माझी दृष्टी गेली होती. 'अरे देवा!'

"मॉम मी आंधळी झाले आहे का?" मी म्हणाले.

"फक्त एकाच डोळ्यानं बाळा... डॉक्टर तरी असंच म्हणत आहेत. तुझ्या दुसऱ्या डोळ्याला डॉक्टरांनी पट्टी लावली आहे."

"कोणी हलकट हरामखोरानं हे केलंय? सोडणार नाही त्याला. तू मला फक्त त्याचं नाव सांग," माझे पपा जोरात ओरडून म्हणाले.

पोलिसांनी माझ्यावर प्रश्नांचा भडिमार केला. त्याबरोबर त्यांची मल्लीनाथी पण सुरू झाली – "आम्ही या अशा केसेस खूप पाहिल्या आहेत. पोरगी पोराबरोबर हिंडते, फिरते. पण त्याला जर चांगली भक्कम पगाराची नोकरी मिळाली नाही ना, तर लगेच त्याला सोडून द्यायची भाषा करते. पण पोरगा सोडायला तयार नसतो. मग हे असं काहीबाही घडतं," असं ते आपापसात कुजबुजत होते.

"ही जबानी द्यायला तयार आहे का?" स्त्री-पोलीस म्हणाली. मला प्रचंड वेदना होत होत्या, आग होत होती. नीट बोलतासुद्धा येत नव्हतं, पण त्या हलकटाला असं सहजासहजी सोडण्याची माझी तयारी नव्हती.

"हो, पण जरा गोडीगुलाबीनं तिच्याशी बोला," माझी आई म्हणाली.

"बघा! यांच्या पोरीनं कुठल्यातरी ऑनलाइन भेटलेल्या पोराबरोबर लफडं केलं बरं का. आणि या म्हणतायत, तिच्याशी गोडीगुलाबीनं

वागा,'' ती स्त्री-पोलीस दात विचकून हसत म्हणाली.

मला समोरचं कुणीच दिसत नसलं, तरी मला सगळं काही नीट ऐकू येत होतं. त्या बाईचं ते बोलणं ऐकल्यावर तर मला जबानी देण्याची इच्छाच होईना. 'तुम्ही सगळे इथून निघून जा. मला एकटीला राहू द्या' असा मी मनोमन आक्रोश करत होते. पण पपांनी मला जबानी देण्याचं खूप ठामपणे सांगितल्यामुळे मी पोलिसांना सव 'काही सांगितलं.

लवकरच हिमांशूला अटक झाली.

तब्बल दोन महिन्यांनी जिवाचा धडा करून मी आरशात स्वतःचा चेहरा पाहिला. मी इतकी घृणास्पद दिसत होते. माझे जळलेले केस परत उगवू शकणार नाहीत, असं डॉक्टरांनी मला सांगितलं. आता मी कधीही घराबाहेर पडले, की मला ओढणीनं चेहरा झाकून घ्यावा लागे. मी खूप भयानक दिसत होते. केवढा अन्याय होता हा!

आणखी एक महिना गेला. आम्ही न्यायालयात गेलो. सुनावणीच्या वेळी हिमांशूनं माझे मेसेजेस दाखवले. त्यानं असं सांगितलं, की मी त्याच्याशी लग्नाला नकार दिल्यामुळे चिडून त्यानं माझ्यावर ॲसिड फेकलं. खरंतर ही स्पष्ट गुन्ह्याची कबुलीच होती. त्याच्या तोंडचे शब्द ऐकून माझ्या वकिलानं खरंतर त्याच्यावर तुटून पडायला हवं होतं. पण आश्चर्याची गोष्ट अशी, की त्यानं तसं काहीच केलं नाही. प्रश्नोत्तराचं सत्र अनंतकाळपर्यंत चालू होतं, एकमेकांवर आरोप-प्रत्यारोप चालू होते.

"जामीन, युवर ऑनर?'' अखेर त्याचा वकील म्हणाला.

"मंजूर.''

मला ते ऐकून धक्का बसला. केवळ तीनच महिन्यांत हिमांशू जामिनावर सुटला होता.

या घटनेनंतर तीन वेळा मी आत्महत्त्येचा विचार केला; पण प्रत्येक खेपेस माझ्या आईनं वेळेत डॉक्टरांना बोलावून घेतलं आणि मी वाचले.

'माझ्याच बाबतीत असं का?' मी रोज रात्री स्वतःलाच हा प्रश्न विचारत असे. मला माझा चेहरा, माझी नितळ त्वचा खूप आवडायची. मी पूर्वी सुंदर होते. लोक माझ्याकडे वळून बघत. आता मात्र ते माझ्या चेहऱ्याकडे भयकंपित होऊन बघत. मला घरातून पाऊलसुद्धा बाहेर टाकण्याची भीती वाटत असे.

आमच्या जवळपास राहणाऱ्या काही चौकस बायका घडलेल्या घटनेची मुद्दामच पुन्हा पुन्हा माझ्याकडे चौकशी करायच्या. वृत्तपत्रांनी माझ्याविषयी भलतंसलतं छापलं. मी हिमांशूला पाठवलेले मेसेजेससुद्धा त्यांनी प्रसिद्ध केले.

'मी एखाद्या मुलाशी बोलले, याचा अर्थ त्याला माझ्या चेहऱ्यावर ॲसिड फेकण्याचा हक्क कुणी दिला?' मी पुन्हा पुन्हा स्वत:लाच हा प्रश्न विचारून रडत असे.

हिमांशूच्या वडिलांनी तर या सर्वावर कडीच केली. त्यांनी साक्षीत असं सांगितलं, की मला याआधी एक बॉयफ्रेंड होता, त्यामुळे मी विश्वास ठेवण्याच्या योग्यतेचीच नाही. ते स्वतः एक माणूसच होते ना? मग आपल्या मुलाचं हे इतकं भयंकर कृत्य त्यांनी कसं काय पोटात घातलं?

पुढचे प्रत्येक दिवस आम्हाला वारंवार न्यायालयात जावं लागत होतं. तेच तेच प्रश्न पुन्हा पुन्हा विचारले जात होते. साक्षी, पुरावे, उलटतपासण्या या सर्वाला सामोरं जावं लागत होतं.

पाच वर्षांनंतर या खटल्याचा निकाल लागला, "मुलाने काही विशिष्ट काळ सक्तीची समाजसेवा करावी, तसंच त्या मुलीशी लग्न करावं. त्या मुलाला आता पुन्हा तुरुंगात टाकून काहीच साध्य होणार नाही. त्याने पुरेशी शिक्षा भोगली आहे."

हा न्यायालयाचा निर्णय ऐकून माझी मावशी मला म्हणाली, "तू त्याच्याशी लग्न करण्याचा विचार का नाही करत?"

मी ठाम नकार दिला.

आज काहीही घडलेलं असलं, तरी अजून उद्या उजाडणारच आहे. मी नोकरी मिळवीन आणि माझं आयुष्य नव्यानं सुरू करीन.

एक ॲसिड ॲटॅक हीच माझी नवीन ओळख असेल.

**– पुष्कर पांडे**

❖

# आजी-आजोबांचा दिवस

शाळेत 'आजी-आजोबांचा दिवस' (ग्रँड पेरेन्टस डे) कधी येतो याची सर्व जण खूप उत्सुकतेनं वाट बघायचे. मी शाळेत मुख्याध्यापिकेच्या खुर्चीत बसून त्या दिवसाचा खूप आनंद लुटला आहे. त्या वेळी मला खूप भरभरून समाधान मिळालं आहे.

अशीच मी भूतकाळाचा विचार करत माझ्या ऑफिसात एकटी बसलेली असताना अचानक दरवाजावर थाप पडली. त्यामुळे मी माझ्या दिवास्वप्नातून जागी झाले. शाळेचा शिपाई दार किंचित उघडून डोकं आत घालून म्हणाला, "मॅडम, तुम्हाला काही लोक भेटायला आले आहेत."

"त्यांना आत यायला सांगा," असं म्हणत मी माझ्या टेबलावरच्या फायलींचा पसारा आवरायला सुरुवात केली. त्या फायली माझ्याकडे सहीसाठी आल्या होत्या.

एक उंच, जरासा वाकलेला, सरळ-साधा दिसणारा माणूस आत आला. त्याच्या चेहऱ्यावर त्रासिक भाव होते. त्यानं आयुष्यात बऱ्याच खस्ता खाल्ल्या असाव्यात. तो माझ्यासमोर उभा राहून म्हणाला, "गुड मॉर्निंग मॅडम. मी रमेशचा आजोबा आणि ही माझी मुलगी."

मी जेव्हा त्याच्या डोळ्यांकडे नीट रोखून पाहिलं, तेव्हा मात्र एकदम माझ्या अंगावर काटा आला. माझं मन भूतकाळात खूप वर्षं मागे गेलं... ती एक दुर्दैवी, दुष्ट संध्याकाळ... माझ्या मनावर जखमा करून गेली. ते व्रण अजूनही बुजलेले नाहीत.

वयाच्या एकोणचाळिसाव्या वर्षी मला वैधव्य आलं. माझ्या पदरात

तीन मुली होत्या. वय वर्षं अनुक्रमे सात, दहा आणि अठरा. त्यांचा सांभाळ करून त्यांना लहानाचं मोठं करायचं होतं. माझ्या आयुष्यात आजवर माझे पती सतत खंबीरपणे माझ्या पाठीशी उभे होते. त्यांच्याशिवाय राहिलेलं आयुष्य काढण्याची तर मला कल्पनाही करवत नव्हती. सुरुवातीचे काही दिवस मी केवळ हताश, निराश मनःस्थितीत घालवले. मग मात्र एक गोष्ट माझ्या लक्षात आली- आता माझ्या मुलींकडे बघून मला माझं दुःख आवरायलाच हवं होतं, स्वतःला सावरायला हवं होतं.

मला शिकवायला खूप आवडायचं, त्यामुळे मी शाळा चालू करायचं ठरवलं. माझे पती आर्मीत होते त्या वेळी मी शिक्षिका म्हणून काम केलं होतं. मी 'स्पोकन इंग्लिश'चा वर्ग सुरू केला. अल्पावधीतच तो लोकप्रिय झाला. मी सुरुवातीच्या काळात ज्या काही कविता या वर्गात शिकवल्या, त्यामध्ये आल्फ्रेड टेनिसन या कवीची कविता होती.

'होम दे ब्रॉट हर वॉरिअर डेड' ही कविता माझ्या अंतःकरणाला हेलावून सोडणारी होती. माझे पती आर्मीत कर्नल होते. त्यांचा मृत्यू झाल्यानंतर त्यांचं पार्थिवही सन्मानपूर्वक मुंबईहून त्यांच्या केरळमधील जन्मगावी आणण्यात आलं होतं.

मला तरुण वयातच वैधव्य आलं. पण मी स्मार्ट, हुशार होते. त्यामुळेच मला अनेक कठीण प्रसंगांना सामोरं जावं लागलं. लोक दहा तोंडांनी बोलत, लाळघोटेपणा करत, घाणेरड्या शिव्या देत, अनोळखी व्यक्तींचे फोन येत – हे सगळं नित्याचंच झालं होतं. मी या सगळ्याचा मोठ्या धीरानं सामना करत होते; पण हळूहळू त्याचा माझ्या मनावर ताण येऊ लागला. मी संध्याकाळी कित्येकदा बाथरूममध्ये दार बंद करून एकटीच रडत बसायचे. माझ्या आयुष्यात जे काही घडत होतं, त्याची चाहूल मी माझ्या लहानग्यांना लागू दिली नाही.

एक दिवस असाच एका अनोळखी पुरुषाचा फोन आला. अंगावर शहारे आणणाऱ्या चरचरीत आवाजात तो पलीकडून बोलत होता. मी वाईट चालीची बाई असल्याचा आरोप करून तो म्हणाला, "तुम्ही ते युवाकेंद्र चालवता ना? त्या नावाखाली तिथे भलतेसलते धंदे चालतात, असं माझ्या कानावर आलंय. खरंय ना?"

"काय म्हणालात? पुन्हा बोला," मी म्हणाले.

"हं... म्हणजे तेच ते... वेश्याव्यवसाय. मादक द्रव्यांचं सेवन

आणि तरुणांना भुरळ घालणाऱ्या गोष्टी,'' त्या अनोळखी माणसाचं मुक्ताफळं उधळणं चालूच होतं.

त्याच माणसाचे नंतरही अनेकदा फोन आले. प्रत्येक वेळेस हे असलंच काहीतरी बरळत सुटायचा. पुढेपुढे तर फोन उचलल्यावर पलीकडून त्या माणसाचा आवाज आला, की मी फोन धाडकन आदळून खाली ठेवू लागले; पण तरीही त्याचे ते जहरी फोन कॉल्स येतच राहिले. अखेर माझ्या संयमाची हद्द झाली.

अखेर या माणसाला धडा शिकवायचाच, असा मी निर्णय घेतला. माझे सासू-सासरे खंबीरपणे सतत माझ्या पाठीशी होतेच. आताही मी त्यांचीच मदत घ्यायचं ठरवलं. या माणसाच्या फोनवरून वाह्यातपणे बडबडण्याची सगळी हकिकत मी माझ्या सासऱ्यांना सविस्तर सांगितली. त्यावर त्यांनी एक अत्यंत चतुर योजना बनवली.

हात धुऊन माझ्या मागे लागणाऱ्या त्या माणसाचा पुन्हा फोन येताच मी वेगळा पवित्रा धारण केला. मुद्दाम लाडिक आवाज काढून त्याला म्हणाले, ''मिस्टर, तुम्ही तर माझा पिच्छा सोडायलाच तयार नाही. अरे वा! त्यापेक्षा आपण भेटूच आता. नाही का?''

''खूपच छान कल्पना आहे. मलाही तुम्हाला भेटायला आवडेल,'' तो म्हणाला. तो मला भेटण्यासाठी किती अधीर झाला होता, हे त्याला लपवता आलं नाही.

''पण आपण एकमेकांना भेटण्याआधी तुम्ही मला हे तर सांगा, की तुम्ही करता काय?'' मी म्हणाले.

त्यावर स्वतःचं नाव सांगून तो म्हणाला, ''मी फ्री-लान्स काम करतो. मी पत्रकार आहे. मी तुमच्याबद्दल आणि तुमच्या कामाबद्दल वृत्तपत्रात लिहिण्याचा विचार करत होतो.''

''ओह! प्लीज, तुम्ही असं काही करू नका ना! मी एक गरीब विधवा आहे. माझ्या पदरात तीन मुली आहेत,'' मी अगदी आवाजात कारुण्य आणून म्हणाले.

''हे बघ, अगं काळजी करू नकोस,'' महाशय आता एकेरीवर आले होते! ''आता तू मला भेटायला तयार झाली आहेस ना? आता सगळं काही ठीक होईल. फक्त एक सांग, आपण कधी आणि कुठे भेटायचं?''

"उद्या भेटू या? उद्या शनिवार आहे. चालेल ना तुम्हाला? तुम्ही असं करा, संध्याकाळी सात वाजता माझ्या घरीच या."

"त्यापेक्षा आपण हॉटेलमध्येच भेटलो, तर? तिथं जास्त एकांत मिळेल!" त्यानं सुचवलं. तो ज्या तऱ्हेनं ते वाक्य म्हणाला, ते एकून माझ्या अंगावर काटा आला.

"अहो, त्याची काही गरच नाही. माझं घर चांगलं आहे. इथं सर्वकाही सोयी आहेत," मी त्याला गाजर दाखवलं.

दुसऱ्याच दिवशी सायंकाळी सात वाजता मला आमच्या अंगणाचं मुख्य फाटक करकर वाजल्याचा आवाज ऐकू आला. एक गबाळा दिसणारा मध्यमवयीन माणूस फाटक उघडून आत शिरत होता. त्याचे केस विरळ होत चालले होते. तोंड पानानं रंगलं होतं. दात पिवळे पडले होते. उजव्या खांद्यावर एक झोळीवजा पिशवी लटकत होती. त्यानं आत येऊन घराच्या दरवाजाची घंटा वाजवली.

मी दार उघडून त्याला हसून आत घेतलं.

मोठ्या ऐटीत आत शिरून त्यानं इकडेतिकडे नजर फिरवली. मग कौतुकभरल्या स्वरात म्हणाला, "अरे वा! घर तर मोठं छान आहे. स्वतःच्या मालकीचं आहे का?"

"हो, देवाच्या दयेनं स्वतःचंच आहे," मी म्हणाले, "आता माझा व्यवसायच असा म्हटल्यावर मला घर तर नीटनेटकं आणि छान ठेवायलाच हवं ना?"

जरा वेळ आम्ही हवापाण्याच्या गप्पा मारल्या. मला जेवढं गोड आणि प्रेमळ बोलणं शक्य होतं, तेवढं मी बोलले. तो मात्र माझ्या नाटकाला भुलला होता. अगदी शंभर टक्के. जरा वेळात माझी सर्वांत मोठी मुलगी जेव्हा चहा-बिस्किटं घेऊन आली तेव्हापर्यंत तर तो घरात चांगलाच रुळला होता, "ही तुझी मुलगी का? फारच देखणी आहे की!" तो लंपट स्वरात म्हणाला.

मी आव्हानात्मक हसून म्हणाले, "सुदैवानं देवानं मला तीन मुली दिल्या आहेत. मी जो व्यवसाय निवडला आहे, त्यासाठी तर हे वरदानच म्हटलं पाहिजे!"

"काही काळजी करू नको. अगं, आता मी आहे ना तुझं रक्षण करायला. मी तर आता नियमितपणे तुझा ग्राहक झालोच, असं समज."

"तुम्ही खूप चांगले आहात."

"या इतक्या तरुण वयात तुला वैधव्य यावं, ही दुर्दैवाचीच गोष्ट आहे. तुझे यजमान कॅप्टन होते, हो ना?"

"नाही, ते कर्नल होते. असो. माझं नशीब. या आपल्या समाजात माझा कसा काय निभाव लागणार?"

कदाचित मी जरा जास्तच ओव्हरअॅक्टिंग केली असावी, कारण तो एकदम खेकसून म्हणाला, "तुझं हे रडगाणं बस झालं हं आता. तू इतकी सुंदर आहेस. तुला काय अडचण येणार? मी तुला सांगितलं ना, मी तुझी काळजी घेईन!"

"थँक यू सो मच."

त्यानंतर मात्र तो अस्वस्थ होऊन चुळबुळ करू लागला, "चला, आपण तुझ्या खोलीत जाऊ या का?"

"हो जाऊ या ना; पण थोड्या वेळानं जाऊ या, चालेल ना?" मी म्हणाले.

त्यावर तो ताडकन उठून उभा राहिला. त्याच्या चेहऱ्यावर चिडका भाव उमटला होता. 'तुझी ही चालढकल आता पुरे झाली' असंच त्याला जणू सुचवायचं होतं.

आता आपली वेळ भरली (खरंतर त्याची वेळ भरली) हे मला कळून चुकलं.

"ऑल राइट, सर!" मी म्हणाले, "पण त्याआधी एक छोटीशी औपचारिकता बाकी आहे. मी इथं नियमितपणे येणाऱ्या काही ग्राहकांशी तुमची आता ओळख करून देते. तुम्हाला त्यातल्या काही खास लोकांशी ओळख करून घेण्यात नक्कीच रस वाटेल अशी माझी खात्री आहे, कारण तुम्ही पत्रकार आहात ना?"

"तू... तू हे काय बडबडते आहेस?" तो गडबडून म्हणाला.

मी पलीकडच्या खोलीच्या दाराशी जाऊन हाक मारली, "मिस्टर बी, बाहेर येता का?"

त्याबरोबर एक शांत प्रसन्न चेहऱ्याचे पांढऱ्या केसांचे वयस्कर गृहस्थ बाहेर आले. सोबत त्यांची पासष्ट वर्षांची पत्नीसुद्धा होती.

"मिस्टर एक्स.वाय.झेड. या ना इकडे. तुमची त्यांच्याशी ओळख करून देते. हे मिस्टर बी हे सर्वोच्च न्यायालयाचे न्यायाधीश होते बरं

का. आता निवृत्त झाले आहेत. आणि या त्यांच्या पत्नी आणि मिस्टर बी, तुम्हाला यांची ओळख करून देते. मिस्टर एक्स.वाय.झेड. हे फ्रीलान्स लेखक आहेत.''

त्यानंतर मी परत एकदा खोलीच्या दारापाशी जाऊन आणखी लोकांना बाहेर बोलावून आणलं आणि त्या सर्वांची त्या माणसाशी ओळख करून दिली. डोळ्यांच्या आठ जोड्या त्याला निरखून बघत त्याच्यासमोर उभ्या राहिल्या. काही क्षणांत त्या सूडकऱ्याला दरदरून घाम सुटला. जमलेले सर्व जण माझे स्नेही होते. समाजाच्या विविध क्षेत्रांत कार्यरत असणारी प्रतिष्ठित माणसं होती ती. त्यात एक न्यायाधीश, एक डॉक्टर, एक प्राध्यापक, एक फार्मसिस्ट आणि त्यांच्या पत्नी होत्या. त्यानंतर माझे सासरे आणि सासूबाई आत शिरले. ते दोघं कमरेवर हात ठेवून जरा झुकून त्याच्यासमोर उभे राहिले. त्यांच्याकडे गुप्त कॅमेरा होता. सर्व प्रसंगाचं तो चित्रीकरण करत होता. या गुन्हेगाराला आता अद्दल घडवायचीच, असा ठाम निर्धार त्यांच्या चेहऱ्यावर दिसत होता.

आता आमचा खलनायक चांगलाच रडकुंडीला आला होता, पण तरीही मी माझा उंदीर-मांजराचा खेळ चालूच ठेवला. मी नाटकी लाडिक आवाज काढून म्हणाले, ''तुम्हाला माझ्या घरी जे काही धंदे चालतात, त्याविषयी लिहायचंय ना? मग आता आपण मुलाखतीला सुरुवात करू या का?'' तो अस्वस्थपणे चुळबुळ करू लागला. मी त्याचा अधिकच छळ सुरू केला. मी म्हणाले, ''तुम्हाला जे काही लिहायचं आहे, ते तुम्ही खुशाल लिहू शकता; पण तुमच्या लेखामधलं एक अक्षरही खोटं असलं, तरी मी तुमच्यावर दावा लावीन.''

त्यावर न्यायमूर्ती हसून म्हणाले, ''बेटा, मी तुझी केस आनंदानं लढेन. खरंतर आपण आत्ता ताबडतोब पोलिसांनाच बोलावून घेतलेलं बरं!''

त्यावर त्या पत्रकारानं अक्षरशः माझ्या पायांवर लोटांगण घातलं. तो दीनवाण्या स्वरात रडत म्हणाला, ''तुम्ही मला बहिणीसारख्या आहात. तुम्ही हे प्रकरण कोर्टात नका ना नेऊ. पोलिसांना नका हो बोलावू. मला तुमचा भाऊ समजा.''

त्यावर माझे सासरे संतापून म्हणाले, ''वा, वा! भाऊ काय? तू

माझ्या मुलीच्या पायांवर डोकं ठेवून तिचे पाय अपवित्र करू नकोस. घाणेरड्या, लंपट माणसा! तुला आई, बहीण, बायको... कुणी नाही का रे? इथून पुढे कधी कुठल्याही असहाय स्त्रीच्या वाटेला गेलास ना, तर याद राख. आता तुला मी इथून धक्के मारून बाहेर काढायच्या आत आधी इथून चालता हो.''

त्यावर तो किळसवाणा माणूस लगेच निघून गेला.

आणि आज, इतक्या वर्षांनंतर पुन्हा एकदा तो माझ्यासमोर उभा होता- आजोबा झाला होता, नातवाच्या शाळेच्या स्नेहसंमेलनात सहभागी होण्यासाठी आला होता. त्यानं माझ्या नजरेला नजर देऊन पाहिलं आणि त्याच क्षणी त्याच्या डोळ्यांत भीती उमटली. त्या भूतकाळातील प्रसंगाच्या धक्कादायक, लज्जास्पद आठवणी त्याच्या मनातसुद्धा जागृत झाल्या असाव्यात.

पण मी त्याच्याकडे न बघता त्याच्या मागोमाग आत आलेल्या आई-मुलाच्या जोडीकडे पाहत स्मितहास्य केलं. ''अरे रमेश! तू आज तुझी शाळा दाखवायला आणि तुझ्या शिक्षकांची भेट घालून द्यायला तुझ्या आजोबांना इथं घेऊन आला आहेस वाटतं?'' मी हसून म्हणाले.

त्यावर त्याची तरुण आई हसून म्हणाली, ''अहो, यानं माझ्या वडिलांकडे इतका हट्ट धरला... म्हणाला, काहीही झालं तरी तुम्ही आमच्या मुख्याध्यापिकाबाईंना भेटलंच पाहिजे.''

ते शब्द ऐकताच तो चिमुकला पळत माझ्यापाशी येऊन मला बिलगला. ''हो आजोबा, या माझ्या सगळ्यात आवडत्या बाई आहेत. माझं ना, आमच्या बाईंवर खूप खूप खूप प्रेम आहे, एवढं... एवढं...'' असं म्हणून त्यानं आपले इवलेसे हात पसरून केवढं प्रेम आहे, ते दाखवलं.

मग मी त्याला म्हटलं, ''बाळा, मलासुद्धा तू खूप खूप आवडतोस. माझं पण तुझ्यावर प्रेम आहे. तू मला सांग बरं, तुझे हे आजोबा कसे आहेत? ते तुला गोष्टी सांगतात का? कसल्या गोष्टी सांगतात? हत्तीच्या का देवादिकांच्या? आणि संकटात सापडलेल्या बायकांना त्रास देणाऱ्या दुष्टांच्या गोष्टी सांगतात का रे? का जादूटोण्याच्या गोष्टी सांगतात?''

त्यावर रमेशची आई मला मध्येच थांबवत म्हणाली, ''रमेश माझ्या वडिलांचा खूप लाडका आहे.''

त्यावर मी छोट्या रमेशला उचलून मांडीवर घेत म्हणाले, ''बाळा, तुझे आजोबा खूप प्रेमळ आहेत. तू खरंच खूप भाग्यवान आहेस बरं. पण आता ते म्हातारे झाले आहेत ना? मग त्यांनासुद्धा तुझ्याकडून काही गोष्टी शिकता येतील. मला तीन मुली आहेत. त्या अगदी लहान होत्या ना, तेव्हा त्यांचे वडील देवाघरी गेले. त्यांना एकटीनं वाढवून लहानाचं मोठं करताना मला खूप त्रास झाला; पण तुझ्या आजोबांसारखे लोकच त्या वेळी माझ्या मदतीला धावून आले. त्यामुळेच तर माझ्यासमोर आलेल्या सगळ्या संकटांना मी धीरानं तोंड देऊ शकले.''

तो म्हातारा मान खाली घालून माझ्या समोर बसला होता. त्याच्या डोळ्यांतून घळाघळा अश्रू वाहत होते. मी त्याच्याकडे पाहून स्मितहास्य करत म्हणाले, ''काळजी करू नका. तुमचा नातू माझ्याकडे सुरक्षित आहे.''

**– नलिनी चंद्रन**

❖

# उदयन इफेक्ट

२००६मध्ये मी महाविद्यालयीन शिक्षण संपवून दुबईला गेलो. तिथे मी उपजीविकेसाठी खूप परिश्रम करत होतो. माझ्या आयुष्यातला सर्वांत खडतर काळ होता तो. त्या काळातच एका मित्रामुळे माझी आणि उदयनची भेट झाली. हा उदयन दुबईतील एका फुलांच्या दुकानात पोऱ्या म्हणून वरकामाला होता. तो घरोघरी फुलं पोहोचवण्याचं काम करायचा. त्याला दरमहा ९०० दिरहॅम इतका तुटपुंजा पगार होता. खरं म्हणजे हा उदयन माझ्यापेक्षा चांगला दहा वर्षांनी मोठा होता. तो मला 'अनिया' अशी हाक मारायचा. मल्याळममध्ये लहान भावाला या नावाने संबोधण्यात येतं. त्याउलट मी त्याला 'एट्टान' म्हणजे मोठा भाऊ म्हणायचो.

काही दिवसांतच माझा दुबईचा व्हिसा संपणार होता. मी ज्या कंपनीत कामाला होतो, त्यांच्याकडून माझे काही पैसे येणं होतं. ते पदरात पाडून घेण्यासाठी मला किमान आणखी पंधरा दिवस तरी तिथं राहणं भाग होतं. शिवाय माझी आर्थिक परिस्थिती इतकी वाईट होती, की माझ्याकडे भारताचं तिकीट काढण्यापुरतेसुद्धा पैसे नव्हते. एवढंच कमी होतं म्हणून की काय, पण राहत्या जागेचं भाडं थकल्यामुळे माझी कोणत्याही क्षणी त्या घरातून हकालपट्टी होण्याची वेळ जवळ आली होती. मला पैशांची खूप नड होती. निदान कुठून तरी ३०० दिरहॅम मिळाले असते, तर पगार हातात येईपर्यंत मी कसाबसा तग धरू शकलो असतो. पण मी ज्या कुणाकडे पैशांसाठी हात पसरले, त्या सर्वांनीच मला पैसे द्यायला नकार दिला होता.

अखेर मी उदयन एट्टानला फोन करून त्याच्याकडे पैसे मागितले. त्याचा पगार केवळ ९०० दिरहॅम होता, हे खरंतर मला माहीत होतं. शिवाय त्यांतले बरेचसे पैसे तो भारतात घरी पाठवत असे. मी त्याला फोन करून पैसे मागताच तो म्हणाला, "मी जिथं काम करतो, तिकडे येण्यापुरते पैसे आहेत का तुझ्याकडे?" तो ममझर भागात काम करायचा. मी त्यावर गप्प राहिलो. मग माझ्याकडे तेवढेही पैसे नसल्याचं त्याच्या लक्षात आलं. मग त्यानं मला शारजाहून थेट टॅक्सी करून ममझरला पोहोचावं आणि पोहोचताक्षणीच त्याला फोन करावा, असं सुचवलं.

ठरल्याप्रमाणे अल्-ममझर सेंटरपाशी तो माझी वाट पाहत उभाच होता. टॅक्सीचे पैसे त्यानंच चुकते केले. त्यानंतर तो मला जवळच्या एका कॅफेटेरियात घेऊन गेला. मला पोटभर जेवायला घालून नंतर त्यानं मला हवे असलेले ३०० दिरहॅम दिले. मी त्याचा लहान भाऊ असल्याचं त्या कॅफेटेरियाच्या मालकाला सांगून ठेवलं. तसंच मी कधीही तिथं जेवायला आल्यास त्याचे पैसे माझ्याकडून न घेता त्याच्या खात्यावर मांडून ठेवण्याची पण सूचना त्याला केली. मी थोडे दिवस त्याच्याच खोलीवर राहायला यावं, असंही त्यानं सुचवलं; पण मी मात्र त्याचा निरोप घेऊन शारजाला परतलो.

पंधरा दिवसांनंतर मला माझा पगार मिळाला. मग मी उदयन एट्टानकडून घेतलेले पैसे परत करून मगच पुढे विमानतळावर गेलो. आधी तर तो ते पैसे घ्यायला तयारच होईना. अखेर त्यानं त्यातले २०० दिरहॅम स्वीकारले आणि १०० माझ्या हातात ठेवले, "मी तुझा मोठा भाऊ आहे ना? मग एवढं तरी माझं ऐकच," असं तो म्हणाला.

अशी अनेक वर्षं गेली. अचानक २०११ साली त्रिवेंद्रममध्ये असलेल्या माझ्या दुकानासमोर मी त्याला उभं असलेलं पाहिलं. तो मलाच शोधत होता. एके काळचा हसरा, खेळकर उदयन एट्टान आज निराळाच दिसत होता. त्याची नोकरी गेली होती. तो पत्नी आणि दोन मुलांसहित पत्नीच्या माहेरी राहत होता. त्याच्याशी बोलल्यावर त्यानं दारू प्यायली असल्याचं माझ्या लक्षात आलं. माझ्या पोशाखाकडे बघून तो हसला आणि गमतीनं मला चिडवून म्हणाला, "अनिया, तू बरेच पैसे कमावलेले दिसतायत. चांगला श्रीमंत झालास की रे तू!"

मी पण त्यावर हसलो. मग आम्ही जवळच्या एका चहाच्या दुकानात गेलो. चहा पिता पिता मला त्यानं त्याची कहाणी सांगितली होती. तो बेरोजगार होता. न्यायालयात सतत चालू असलेल्या दाव्यांमुळे तो पुरता गांजलेला होता. सगळी शिल्लक संपुष्टात आली होती. मी त्याला १५०० रुपये देऊ केले. त्यानं मला पूर्वी जे १०० दिरहॅम दिले होते, त्याची आजची किंमत साधारण तेवढीच होती. त्यानं जराही आढेवेढे न घेता ते पैसे घेतले.

काही दिवसांनंतर तो पुन्हा माझ्या दुकानात आला. पुन्हा एकदा मला दुकानाबाहेर बोलावून त्यानं माझ्याकडे ५०० रुपयांची मागणी केली. त्यानंतर काही दिवसांनी तो आणखी १००० रुपये घेऊन गेला. माझे चुलत भाऊ, मित्र, दुकानातील नोकरचाकर या सर्वांच्याच ही गोष्ट आता लक्षात आली होती. हा माणूस गोड बोलून, 'अनिया' अशी हाक मारून माझ्याकडून पैसे उकळत असल्याचं, सर्व जण मला समजावू लागले.

खरंतर माझ्या डोक्यावर बसून कुणीच माझ्याकडून पैसे उकळू शकत नाही. माझ्या जर मनात नसेल, तर मी अगदी जवळच्या मित्रालासुद्धा पैसे द्यायला नकार देऊ शकतो. पण या खेपेस का कोण जाणे, मी काही उदयन एट्टानला नाही म्हणूच शकत नव्हतो. तो माझ्या चांगुलपणाचा गैरफायदा घेत आहे, हे मला समजत होतं. पण माझं हृदय मला सांगत होतं, 'तो जेव्हा केवळ ९०० दिरहॅम मिळवत होता, तेव्हा तुझ्या अडचणीला त्यातले ३०० त्यानं तुला काढून दिले होते. ते पैसे परत मिळतील, याचीही त्यानं अपेक्षा ठेवली नव्हती. त्यामुळे आत्ता तू त्याला थोडे पैसे दिलेस, तरीही त्या वेळी त्यानं तुझ्यासाठी जे काही केलं, त्याच्या तुलनेत हे तर काहीच नाही.'

पण स्वतःच्या मनाची मी ही अशी समजूत घालूनसुद्धा कधीतरी तो दारू पिऊन आला आणि पैशासाठी हात पसरू लागला, की मला त्याची चीडच यायची. तो अगदी लहान मुलाप्रमाणे माझं सगळं बोलणं ऐकून घ्यायचा आणि काही दिवसांनंतर माझ्यासाठी पाच रुपयांचं चॉकलेट घेऊन देवळातला प्रसाद घेऊन हजर व्हायचा. अखेर माझे चुलत भाऊ आणि माझ्या दुकानातले नोकरसुद्धा मला त्या गोष्टीवरून चिडवू लागले होते. ते म्हणत, "बघ, हा माणूस पाच रुपयांचं चॉकलेट आणि

चिमूटभर कुंकू आणि प्रसाद तुम्हाला हजार रुपयांना विकून जातो!''

अशी अनेक वर्षं गेली. असाच एक दिवस सकाळी मी दुकानात पोहोचलो, तेव्हा दुकानात कामाला असणाऱ्या एका माणसानं मला सांगितलं, ''साहेब, तो नेहमी इथं येऊन तुमच्याकडून पैसे घेऊन जातो ना, तो आत्ताच गेला बघा!'' माझ्या चेहऱ्यावर स्मित उमटलं. 'चला, दुकानात आज जरा उशिरा पोहोचलो ते बरंच झालं... तेवढेच चार पैसे वाचले!' असं माझ्या मनात आलं.

मग मी नेहमीसारखा काउंटरच्या मागे जाऊन बसलो, इतक्यात दुकानातल्या माणसानं माझ्या हातात एक पुडकं आणून दिलं. ते उदयन माझ्यासाठी ठेवून गेला होता. जुन्या रद्दीच्या कागदात गुंडाळलेलं ते पुडकं पाहून मला वाटलं, आत बिस्किटं किंवा खाऊ असेल. मग मनात आलं, 'म्हणजे आता पुढच्या वेळी आणखी जास्त पैसे हवे असतील.' मी ते पुडकं उघडून पाहताच आश्चर्यानं थक्क झालो. आत पाचशे रुपयांच्या नोटांचे जुडगे होते. मी ते मोजले. एकंदर एक लाख रुपये भरले. त्यासोबत एक कळकट चिठ्ठी होती. उदयननं मल्याळम भाषेत त्यात सगळा हिशेब स्वहस्ताक्षरात लिहून ठेवला होता. अगदी तारीखवार. सगळ्यांची बेरीज ७७, ३५० रुपये होत होती.

माझं डोकं विचार करून गरगरू लागलं. मी त्याला फोन केला. माझा आवाज ऐकताच मोठमोठ्यांदा हसत तो म्हणाला, ''मी माझा जमीनजुमला विकला. गावाजवळ वाडवडिलांची बरीच जमीन होती. ती विकून ४५ लाख मिळाले. आजच विक्रीचा सगळा व्यवहार पूर्ण होऊन पैसे हातात मिळाले. म्हणून तर मी तुझे आभार मानायला आलो होतो. गेली दोन वर्षं तू मला केवढा आधार दिला आहेस, किती मदत केली आहेस.''

''हो. पण तुम्ही मला जास्तीचे पैसे का दिलेत?''

त्यानं मोठ्यांदा हसून परत नेहमीचंच उत्तर दिलं, ''मी मोठा भाऊ आहे आणि तू माझा अनिया आहेस ना? अनियानं आपल्या मोठ्या भावाकडून कधीही पैसे घेतलेले चालतात; पण त्याच्या उलट मात्र नाही चालत. आता उरलेल्या पैशांची चॉकलेट्स घे बघू. मी एक-दोन दिवसांत तुला येऊन भेटेनच.''

त्याने फोन ठेवला.

मी बँकेत पैसे भरण्यासाठी चालतच निघालो. उदयन एट्टान किती सच्चा माणूस होता, हाच विचार माझ्या मनात राहून राहून येत होता. मला वाटत होतं, माझ्याकडून पैसे उसने घेता यावे म्हणूनच तो मला अनिया म्हणतो, गोड गोड बोलतो. त्यानं दुबईला माझ्या संकटात जर मदत केली नसती, तर आता मी त्याला मदत केलीसुद्धा नसती.

तो माझ्याकडून इतके वेळा पैसे उसने मागून घेत होता, पण ते पैसे तो फेडणार असल्याचं त्यानं मला एकदाही सांगितलं नव्हतं. त्याचं कारण इतकंच होतं, की तो मला खरोखरच त्याचा लहान भाऊ मानत असे. मी आयुष्यात जे काही यश मिळवलं आहे, त्याचा मला सार्थ अभिमान आहे. पण त्या दिवशी मात्र मला कधी नव्हे तेवढा आनंद झाला होता. त्या आनंदाचं कारण माझे पैसे परत मिळाले, हे नव्हतं. पण एके काळी पूर्णपणे परका असलेला हा माणूस मला आपलं मानू लागला होता. मी त्याचा अनिया होतो, या गोष्टीचा मला अभिमान वाटला.

तुम्ही कधी या अशा 'उदयन एट्टान'ला भेटला आहात का? त्यांच्या वेषभूषेवर जाऊ नका. ते काही झकपक कपड्यातले, रुबाबदार दिसणारे असतील असं नाही. त्यांना आपण कधी ठरवून भेटू शकत नाही. कधीतरी अचानक, आपल्याला कल्पनाही नसताना ते एकदम दत्त म्हणून आपल्या पुढ्यात येऊन उभे राहतात.

**– प्रवीण गोपीनाथ**

❖

# टाइम यू पॅक अप?

ती शुक्रवारची लखलखीत संध्याकाळ होती. मुंबईचा पाऊस नेहमीसारखा कोसळत होता. चमकणारे रस्ते आणि लखलखणारे दिवे मला साद घालत होते. ऑफिसच्या चार भिंतींच्या बाहेर एक निराळं जग होतं. त्या जगाचा हिस्सा होण्याची मला ओढ लागून राहिली होती. त्या दिवशीचं काम आटपून मी एक सुस्कारा सोडून स्वतःशीच पुटपुटले, "चला, निघायची वेळ झाली."

सात वाजून वीस मिनिटांच्या सुमाराला मी ऑफिसमधून बाहेर पडले. पावसाची झिमझिम अजूनही चालूच होती. मी त्या काळातलं माझं आवडतं 'बहारा' हे गाणं पुन्हा पुन्हा ऐकत खार रोड स्टेशनकडे चालत निघाले होते. वाटेत मी माझी मैत्रीण साक्षी हिला फोन करून मी अर्ध्या तासात घरी पोहोचणार असल्याचं कळवलं. साक्षी आणि मी एकाच खोलीत राहायचो. मी स्टेशनवर पोहोचल्यावर चर्चगेट स्लो लोकलच्या पहिल्या वर्गाच्या स्त्रियांसाठीच्या राखीव डब्यात चढले. मला चालत्या गाडीत उभं राहायला आवडतं म्हणून मी गाडीच्या डब्याच्या फुटबोर्डवरची माझी आवडती जागा पकडून उभी राहिले. माझ्या केसांतून वारा वाहत होता, चेहऱ्यावरून पावसाचे थेंब टपकत होते आणि शुक्रवारची संध्याकाळ असल्यानं माझं हृदय उल्लसित होतं.

या शनिवार-रविवारमध्ये काय काय कामं उरकायची, याची मी मनातल्या मनात उजळणी करत होते. इतक्यात एक महत्त्वाचा फोन करायचा राहून गेला असल्याचं माझ्या लक्षात आलं. खरंतर सार्वजनिक

ठिकाणी फोनवर बोलायला मला मुळीच आवडत नाही. मी विचारात पडले. 'तो फोन आत्ता न करता घरी जाऊनच करावा का?' पण मग मी तो विचार बदलून माझ्या मैत्रिणीला लगेच फोन लावला; पण तिनं फोन उचलला नाही. मग मी तो बंद केला. मी फोन माझ्या पर्समध्ये ठेवत असतानाच एक टेक्स्ट मेसेज आला. तो वाचण्यासाठी मी फोन पुन्हा उघडला आणि मला काही कळायच्या आतच मी ट्रेनमधून बाहेर भिरकावली गेले.

मृत्यूसमयी माणसाला नक्की हे असंच वाटत असावं, असा विचार त्या क्षणी माझ्या मनात आला. त्या क्षणी माझ्या नजरेसमोर माझ्या गतायुष्यातील प्रसंगाची क्षणचित्रं वगैरे काहीही झळकली नाहीत. अंधाऱ्या बोगद्याच्या शेवटाला असलेला प्रकाश वगैरेही मला दिसला नाही आणि कुठल्या चेहऱ्यांच्या आठवणीही आल्या नाहीत. मला फक्त एक प्रचंड मोठी पोकळी जाणवत होती. शून्याचा महासागर. तो एक क्षणही मला अनंतासारखा भासत होता. अखेर मी रेल्वे रूळावर कुठेतरी मध्यभागी वेडीवाकडी कोसळले.

मी मेले नव्हते.

मी नक्की कुठे आहे याचं नीट भान यायला मला तब्बल एक मिनिट लागलं. इतक्यात मला कुणीतरी रेल्वे रुळावरच्या इलेक्ट्रिक खांबावरून लोंबकळून खाली वाकलेलं दिसलं. ती व्यक्ती खाली उतरून रुळावर आली आणि नंतर हातात काहीतरी उचलून पळून गेली. तो बहुधा माझा मोबाइल फोन होता. मी शुद्धीवर होते. हे एवढे तरी उपकार केल्याबद्दल मी देवाचे आभार मानले.

जरा वेळानं मी अगदी कशीबशी सावकाश उठून उभी राहिले. माझं संपूर्ण अंग बधिर झालं होतं. मी सुन्नही झाले होते आणि मुळापासून हादरलेसुद्धा होते. पण सुन्नच जास्त झाले होते. माझ्या चौफेर सर्व दिशांना लांबच लांब रेल्वे रूळांचं जाळं पसरलं होतं. मी मधोमध मुंडी तुटलेल्या कोंबडीसारखी उभी होते. आता नक्की काय करावं तेच मला कळत नव्हतं. मग मी डोक्यात झालेला विचारांचा घोळ निस्तरण्याचा प्रयत्न करू लागले.

मी चालत्या गाडीत उभी होते. रेल्वे रूळांवर असलेल्या इलेक्ट्रिकच्या खांबावर चढून बसलेल्या एका माणसानं मला चालत्या गाडीतून ओढून

खाली पाडलं. मी पडले, पण मी जिवंत होते. मी त्या खांबावर आपटण्यापासून केवळ काही सेंटीमीटर्सनीच वाचले होते. गंजक्या लोखंडाच्या जाळीवर पडण्यापासूनही कशीबशी, अगदी काही मिलिमीटर्सनी वाचले होते. माझा फोन हरवला होता आणि संपूर्ण जगाशी असलेला माझा संपर्क तुटला होता. पण माझी हातातली बॅग तर ट्रेनमध्येच राहिली होती. एव्हाना ती शेवटच्या स्टेशनवर पोहोचली असण्याचीही शक्यता होती. खरंतर मीही माझ्या घरी पोहोचले असते; पण त्याऐवजी मी इथे रेल्वे रुळांवर एकटी उभी होते. आदल्या दिवशी कमला मिल्स परिसरात घडलेल्या बलात्काराच्या घटनेची मला आठवण झाली. माझा फोन घेऊन तो माणूस पसार झाल्याची जाणीव झाली आणि माझी भीतीनं गाळण उडाली. ज्या मुंबईला मी माझं घर मानू लागले होते, जिला एक अत्यंत सुरक्षित शहर समजत होते, ती मला आता तशी भासत नव्हती. इथल्या अंधाऱ्या गल्ल्याबोळांमध्ये संकट दबा धरून बसलं होतं. माझं जन्मगाव असलेल्या दिल्लीला गुन्हेगारीचं केंद्रस्थान मानण्यात येतं. त्यापेक्षा इथली परिस्थितीही काही वेगळी नव्हती.

मी घाबरत घाबरत रूळांवरून चालत निघाले. आता मलाच काहीतरी करणं भाग होतं. इथं नुसतं रूळावर पडून राहून, कुणीतरी आपल्या मदतीला धावून येईल अशी आशा करत राहणं मला परवडण्यासारखं नव्हतं. इतक्यात मला दुरून एक ट्रेन माझ्याच दिशेनं येताना दिसली. माझ्यासमोर दुसरा कोणताच पर्याय नसल्यानं मी जोरजोरात हातवारे करून त्या ट्रेनच्या चालकाचं लक्ष वेधून घेण्याची धडपड करू लागले. निदान तो तरी मला पाहून चालती ट्रेन थांबवेल, अशी आशा मला वाटत होती. तसंच झालं. मी मोडक्यातोडक्या वाक्यात जमेल, तशी घडलेली हकिगत त्याला सांगितली. मग त्यानं मला ट्रेनमध्ये चढायला सांगितलं. मी त्या वेळी ट्रेनमध्ये कशी काय चढले असेन, ते आता मला आठवतही नाही. माझं शरीर ठेचकाळलेलं, जखमी होतं आणि माझं मन संवेदनाशून्य, बधिर.

मी बांद्रा स्टेशन येताच उतरून रेल्वे पोलिसांचा शोध घेतला. तिथल्या अधिकाऱ्यांना माझी लॅपटॉप बॅग हरवल्याचं सांगितलं. त्यांनी ताबडतोब हेल्पलाइनला फोन केला आणि माझी बॅग परत मिळेल, असं मला आश्वासन दिलं. मला कधी एकदा ते सगळं प्रकरण संपतंय आणि

मी घरी जाऊन गाढ झोपून जाते, असं झालं होतं. इतर कशाहीपेक्षा मला लवकरात लवकर बरं वाटणं महत्त्वाचं होतं. त्या क्षणी मला माझा फोन हरवल्याची किंवा फोनमधले सगळे नंबर आणि पत्ते हरवल्याची काहीही पर्वा नव्हती.

दरम्यान मला असं समजलं, की मी चालत्या गाडीतून खाली पडल्यानंतर ट्रेन जेव्हा बांद्रा स्टेशनवर पोहोचली, तेव्हा आमच्या डब्यातील काही लोकांनी तिथल्या स्टेशनमास्तरना या घटनेची माहिती दिली होती. पोलिसांचं एक शोधपथक रेल्वे रूळावर माझा शोध घेण्यासाठी तातडीनं रवाना झालं होतं. आता विचार केल्यावर असं प्रामाणिकपणे मी कबूलसुद्धा करते, की मला ते ऐकून एक प्रकारचा आनंद वाटला होता. कारण त्या दिवसापर्यंत माझ्या मनात एक विचार नेहमीच येत असे, की कधी काळी जर मी इथं हरवले, तर कुणालाच त्याची पर्वा असणार नाही. पण इथं पूर्णपणे अनोळखी, परकी माणसं डब्यातल्या एका जखमी झालेल्या सहप्रवाशाची काळजी करत होती.

मी पोलीस अधिकाऱ्यांशी बोलत असतानाच त्यांना शोधपथकाचा फोन आला. रेल्वे रूळावर कुणीच सापडलेलं नसल्याचं सांगणारा तो फोन होता. ते लोकसुद्धा अत्यंत काळजीत होते. एव्हाना ट्रेनमधून पडलेली ती मुलगी मीच हे पोलीस अधिकाऱ्यांना कळून चुकलं असल्यानं त्यांनी शोधपथकाला शोध थांबवण्यास सांगितलं.

"तुम्हाला कुणाला फोन करून कळवायचं असेल ना?" असा त्यांनी मला प्रश्न करताचा मी हतबुद्ध झाले. माझ्या फोनबरोबरच माझ्या सर्व मित्र-मैत्रिणींचे फोननंबर्ससुद्धा हरवले होते. मला फक्त माझ्या आई-वडिलांचा फोन नंबर तोंडपाठ होता; पण त्यांना फोन करून काळजीत टाकण्याची माझी इच्छा नव्हती. ते तिकडे हजारो किलोमीटर लांब होते. माझ्या या एका फोनमुळे त्यांच्या शांत आयुष्यात उगीचच खळबळ माजली असती.

अचानक प्लॅटफॉर्मवर खूप गडबड गोंधळ सुरू झाला. मग लक्षात आलं, की त्या गोंधळाला कारणीभूत मीच होते. पोलिसांचं एक पथक माझा शोध घेत तिथं आलं होतं. मला त्यानंतर पोलीस ठाण्यात बोलावून घेण्यात आलं. मला अत्यंत सुरक्षितपणे तिथं नेण्यात आलं.

गुन्ह्याची नोंद करून घेण्यात आली. माझी लॅपटॉप बॅग मागवून घेण्यात आली. एक महिला पोलीस कॉन्स्टेबलनं माझी नीट काळजी घेतली. एक पोलीस अधिकारी सतत माझ्यासोबत थांबले होते.

त्यानंतर मला रुग्णालयात तपासणीसाठी नेण्यात आलं. मला त्या वेळी मी स्वतः एक तिऱ्हाईत असून, स्वतःच्याच आयुष्यात डोकावून बघत असल्यासारखं वाटलं. आजूबाजूला नक्की काय चालू होतं, ते मला काहीही समजत नव्हतं. यंत्रणेमध्ये काम करणारे सर्व घटक आपापल्या जबाबदाऱ्या व्यवस्थित पार पाडताना दिसत होते.

मी रुग्णालयात डॉक्टरांची वाट बघत थांबले असताना माझ्या स्वतःच्याच पर्समध्ये हात घालून आतील वस्तू चाचपून पाहिल्या. कुणाचा पत्ता, फोन नंबर काही मिळतंय का, ते पाहिलं; पण व्यर्थ. मी कुणाचाचा नंबर कुठंही लिहून ठेवलेला नव्हता. अचानक मी माझं पैशाचं पाकीट तपासून पाहिलं. त्यात मला माझ्या क्लाएंट्सची काही बिझनेस कार्ड्स सापडली. त्यातच किराणा दुकानदाराचं कार्डसुद्धा होतं. अखेर मी माझं स्वतःचं बिझनेस कार्ड बाहेर काढलं. त्यावर माझ्या ऑफिसचा टेलिफोन नंबर छापण्यात आला होता. मी हॉस्पिटलमधून ऑफिसला फोन लावला. फोन शिपाईच उचलेल अशी माझी अपेक्षा होती; पण आश्चर्याची गोष्ट म्हणजे ऑफिसमधील एका सहकाऱ्यानंच तो फोन उचलला. तो उशिरापर्यंत थांबून काम करत होता. मी रडत रडतच त्याला फोनवर सर्व काही सांगितलं आणि १५ मिनिटांच्या आत आणखी दोन सहकाऱ्यांना घेऊन त्याला हॉस्पिटलमध्ये येण्याची विनंती केली. त्यानंतर अनेक तपासण्या, क्ष-किरण चाचण्या, सोनोग्राफी, जखमांवर मलमपट्टी वगैरे सोपस्कार आटोपल्यावर मला परत पोलीस ठाण्यात नेण्यात आलं. तिथं जाऊन आणखी काही कागदपत्रांची पूर्तता केल्यावर अखेर मला घरी जाण्याची परवानगी देण्यात आली.

मी कशीबशी घरी पोहोचले आणि तत्काळ अंथरुणावर कोसळले.

त्या दिवशी जेवढं म्हणून वाईट घडणं शक्य होतं, तेवढं घडलं होतं आणि नंतर सगळं काही व्यवस्थितही झालं होतं. माझ्या शरीरावर झालेल्या जखमा कितीही तापदायक असल्या तरीसुद्धा आपण जिवानिशी वाचलो आहोत, ही जाणीव फार सुखद होती. त्या वेळी काय काय घडू शकलं असतं याचा नुसता विचारसुद्धा भयावह वाटत होता; पण

त्यातलं काहीही झालं नाही याबद्दल मनात जी कृतज्ञता भरून आली होती, ती कितीतरी मोठी होती. या जगतानं माझ्यावर जी काही कृपादृष्टी ठेवली होती, तिचं स्पष्टीकरण सारासार विचारांच्या पलीकडचं होतं.

त्या रात्री माझा पुनर्जन्मच झाला होता. अखेर 'पॅक अप्'ची वेळ जवळ आली नव्हती तर!

**– नेहा गर्ग**

❖

# जबाबदार 'गुंड'!

मी गजबजलेल्या पुणे स्टेशनच्या प्लॅटफॉर्मवर माझ्या वीस वर्षांच्या मुलीची, रिजूची वाट बघत उभी होते. ती मुंबईहून येणार होती. मला स्टेशनवरच्या गोंगाटाचा अगदी तिटकारा आला होता. रात्रीचे साडेआठ वाजले होते. पण असं वाटत होतं, की अख्खं पुणंच त्या प्लॅटफॉर्मवर लोटलं आहे. हे काही खरं नव्हतं आणि वैतागापोटीच मला तसं वाटतंय, हे मलाही माहीत होतंच. पण जणूकाही कुंभमेळ्याला जमावी एवढी गर्दी तिथं जमली होती. लोक दिशाहीन भरकटत होते. या सगळ्याचा ताप कमी होता की काय, म्हणून नेमकी हवासुद्धा खराब होती. जुलै महिन्यातली ती भिजट संध्याकाळची वेळ होती. पाऊस अविरतपणे पडतच होता.

रिजू हैदराबादमध्ये तीन वर्षांचा अभ्यासक्रम पूर्ण करण्यासाठी गेलेली असताना तिला मुंबईत इंटर्नशिप मिळाली होती. हा मुंबईतला तिचा पहिलाच आठवडा होता. घरापासून इतक्या जवळ आल्यावर साहजिकच शनिवार-रविवारमध्ये आम्हाला भेटायला यायचं तिनं ठरवलं होतं.

आम्ही स्टेशनमध्ये 'डेक्कन क्वीन'ची वाट बघत उभे होतो. माझ्याबरोबर माझे पती शेखर हेसुद्धा होते. आम्ही काही फार जास्त चिंता वगैरे करत नव्हतो. ही ट्रेन तशी भरवशाची होती. तिला फारसा कधीही उशीर होत नसे. पण हळूहळू घड्याळाचे काटे पुढे सरकले. गाडीची ठरलेली वेळ होऊन गेली, तरीही तिच्या आगमनाची सूचना देणारी घोषणा झाली नव्हती. आता मात्र आम्हाला काळजी वाटू

लागली. आम्ही रिजूचा मोबाइल फोन लावून पाहत होतो, पण तो सतत बिझी लागत होता. जरा वेळानंतर मी माझे पती शेखर यांना म्हणाले, "तुम्ही जरा त्या चौकशीच्या खिडकीशी जाऊन विचारून पाहता का? कदाचित डेक्कन क्वीन आज एक नंबरच्या प्लॅटफॉर्मऐवजी दुसरीकडे येणार असली तर? मी असं करते, बाहेर पडण्याच्या दरवाजापाशी थांबते. समजा रिजू तिथून बाहेर पडली असली तर!"

शेखर माहिती काढण्यासाठी गेल्यावर मी सारखा रिजूचा फोन लावून बघत होते; पण तो लागतच नव्हता. माझे प्रयत्न चालूच होते. अचानक माझा फोन वाजला. मी पाहिलं तर फोनवर एक अनोळखी नंबर उमटला होता. मी घाईनं फोन कानाला लावला. आजूबाजूला इतका गोंगाट होता, की नीट काही ऐकू येतच नव्हतं. मी एका कानात बोट घालून, तो बंद करून दुसऱ्या कानानं लक्षपूर्वक ऐकू लागले. पलीकडून रिजूच बोलत होती.

"अगं माँ, आज माझा फोन निघण्याआधी चार्ज करायचा राहिला. त्यामुळे फोन डेड झालाय. मी दुसऱ्यांच्या फोनवरून बोलतेय. माँ, अगं इथं आमची ट्रेन फुगेवाडी नावाच्या गावाजवळ अडकून पडली आहे. पावसामुळे रेल्वे रूळ पाण्यात बुडले आहेत. आम्हा प्रवाशांना ट्रेनमधून खाली उतरायला सांगितलंय. लोक खाली उतरतायत, मी काय करू? माझ्यासोबत प्रवास करत असलेलं हे कुटुंब तात्पुरत्या उभारलेल्या छावण्यांमध्ये मुक्कामाला जायला निघालं आहे. मी पण त्यांच्याबरोबर जाऊ का?"

मी ताबडतोब विचार करू लागले. 'आता हे लोक कोण असतील बरं? हिनं त्यांच्यासोबत जाणं कितपत योग्य ठरेल? आणि तिचा फोन जर चालत नसेल, तर आम्ही तिच्याशी संपर्क तरी कसा काय करणार?'

"नको, नको. तू ट्रेनमध्येच थांब–" मी तिला म्हणू लागले. इतक्यात मला थांबवत ती म्हणाली, "नाही गं आई, सगळेच ट्रेनमधून उतरून चालले आहेत. मी एकटी कशी थांबणार? तसं करण्यात धोका आहे."

तिचं म्हणणं बरोबर होतं, हे माझ्याही लक्षात आलं. मी म्हणाले, "खरं आहे. तू एखाद्या सार्वजनिक ठिकाणी सुरक्षित राहशील तू. फुगेवाडीच्या बसस्टँडकडे जा. आम्ही तिकडे येऊ, तुला शोधून काढू.

जितकं शक्य असेल तितक्या लवकर आम्ही पोहोचतो. तिथून तू हलू नकोस. नाहीतर आम्ही तुला शोधू शकणार नाही...'' मी तिला सूचना केली आणि त्याच क्षणी फोन बंद पडला.

माझं फोनवरचं संभाषण संपता संपताच शेखर तिथे आले. मी त्यांना सर्व हकिगत सांगितली. त्यांनाही तीच माहिती मिळाली होती. फक्त आणखी एक महत्त्वाचा तपशीलही मिळाला होता, तो म्हणजे ट्रेन नेमकी कुठे अडकून पडली होती, ते समजलं होतं. आम्ही त्या वेळी पुण्यात तसे नवीनच होतो, त्यामुळे ते फुगेवाडी गाव, ती मध्येच अडकून पडलेली डेक्कन क्वीन आणि आमची मुलगी हे सगळं कुठे असेल, याचा काही अंदाजच येत नव्हता.

त्या गर्दीतून वाट काढत आम्ही कसेतरी स्टेशनबाहेर पडलो. रस्त्यात सगळीकडे पाण्याची थारोळी आणि चिखल होता. आम्ही गाडीपाशी पोहोचून गाडीत बसलो आणि एकदाचा निःश्वास टाकला. शेखर सगळं कौशल्य पणाला लावून त्या स्टेशनजवळच्या गजबजाटातून गाडी चालवत निघाले.

पाऊस तर सतत कोसळत होता. रस्त्यावर काळोख होता. गाडीच्या काचेवरील वायपर अगदी जोरात हलून पाणी सारत होता, तरीही फारसं काही दिसत नव्हतं. जरा वेळात आम्ही स्टेशनपासून दूर, निर्मनुष्य रस्त्याला लागलो. 'या अशा मुसळधार पावसात रस्त्यात कोण असणार म्हणा?' माझ्या मनात आलं. शेखर उत्तम ड्रायव्हिंग करणारे होते, पण पाऊस असा लागून राहिला होता. त्यात आमच्या मारुती 800 गाडीचा एवढासा जीव. शेखर जमेल तेवढ्या भरधाव वेगानं ती चालवत होते. रस्ता खाचखळग्यांनी भरलेला होता. पाण्यानं भरलेले मोठे मोठे खड्डे होते; पण आम्हाला आत्ता त्याचा विचार करायला फुरसतच नव्हती. आम्ही मूकपणे गाडीत बसलो होतो. शांतता अस्वस्थ करून टाकणारी होती. आम्ही वाटेत एका ठिकाणी रस्ता विचारायला थांबलो. आम्हाला नक्की कुठे जावं लागणार होतं, ते त्या ठिकाणी आम्हाला नीट समजलं. मग आम्ही पुणे युनिव्हर्सिटीच्या दिशेनं निघालो.

एव्हाना खूप उशीर झाला होता. आम्ही थोड्याच दिवसांपूर्वी दिल्लीहून पुण्याला आलो असल्यामुळे, माझी एकटी तरुण मुलगी अशी रात्रीच्या वेळी रस्त्यात कुठंतरी अडकून पडली आहे, या विचारानं

मनात कापरं भरत होतं. अपहरण, खून, बलात्कार – काय काय घडू शकतं, हे माझ्या मनात सारखं येत होतं. पण ‘सगळं काही ठीक होणार आहे’ असंही मी माझ्या मनाला सारखं बजावत होते. आता काही आम्ही दिल्लीत नव्हतो, पुण्यात होतो. दिल्लीपेक्षा इथलं वातावरण खूपच निराळं आहे, हे आता हळूहळू माझ्या मनाला पटत चाललं होतं.

मी शांततेचा भंग करत म्हणाले, “त्या माणसानं तर आपल्याला फक्त दोन किलोमीटरवर ते ठिकाण असल्याचं सांगितलं होतं ना? मग आपण दोन किलोमीटर पुढे तर नक्कीच आलो असू.”

त्यावर माझे पती शेखर फक्त तुटकपणे एवढंच म्हणाले, “अजून नाही.” आणि तशीच गाडी चालवत राहिले.

मग मला रिजूचा मनातून राग येऊ लागला. ‘ही इतकी कशी निष्काळजी? फोन चार्ज करून निघायला काय झालं? जर अडीअडचणीच्या वेळी नेमका त्या मोबाइल फोनचा उपयोग करता येणार नसेल, तर मग तो फोन हवा तरी कशाला? संकटं काय सांगून येतात का? आता ही मुलगी भेटली ना, की अशी फैलावर घेणार आहे तिला, की तिच्या कायमचं लक्षात राहील. किती हा बेजबाबदारपणा!’ एकीकडे मी अशी माझ्या मुलीवर चिडले होते, तर दुसरीकडे मनातल्या मनात देवाचा धावा करत होते. ‘कुठे असेल माझी रिजू? काय करत असेल?’ मग मी असं ठरवलं, की आता आपलं सगळं लक्ष, सगळी मनाची शक्ती रिजूवर केंद्रित करायची म्हणजे तिचं रक्षण होईल. माझा हा विचार जरी तर्कसुसंगत नसला, तरीही माझ्या मनाला त्यामुळे थोडातरी दिलासा मिळाला.

जरा वेळात आम्हाला एक पूल लागला. तो ओलांडून पलीकडे गेल्यावर खिडकीतून दिसणारं दृश्य पाहून मला काहीतरी वेगळंच वाटू लागलं. त्या माणसानं माहिती देताना आम्हाला ज्या काही ठळक खाणाखुणा सांगितल्या होत्या, त्यापैकी काहीच नजरेस पडेना. मग मी शेखरकडे वळून म्हटलं, “तो माणूस तर म्हणाला होता, उजव्या हातानं जाणारा एक रस्ता लागेल. पण मला इथं तसा रस्ता कुठेच दिसत नाहीये. आपण बरोबर रस्त्यानं चाललो आहोत ना?”

माझ्याशी वाद घालण्याची माझे पती शेखर यांना इच्छा नव्हती. त्यांनाही मानसिक थकवा आला होता. “आपण रस्ता चुकलोय की

काय, असं मलाही आता वाटू लागलंय,'' ते म्हणाले.

आम्ही जात असताना वाटेत पायी चालणारे फारच थोडे लोक दिसत होते. आपला रस्ता नक्कीच चुकल्याची आता आमची खात्रीच पटली. मग पुढे करायचं तरी काय?

इतक्यात आम्ही ज्या दिशेनं निघालो होतो त्याच दिशेनं अत्यंत लगबगीनं चालत निघालेले दोन तरुण आम्हाला दिसले. आम्ही त्यांच्यापाशी थांबून नव्यानं आम्हाला हव्या असलेल्या ठिकाणाचा पत्ता त्यांना विचारला. त्यातला एक जण म्हणाला, ''अहो, तुम्ही चुकीच्या रस्त्यावर आला आहात. आता तुम्ही यू टर्न घेऊन परत जा, पुन्हा तोच पूल ओलांडून मुठा नदीच्या पलीकडच्या बाजूला लागा. मग तिथून ब्रेमेन चौकापर्यंत सरळ जा आणि मग चौकात उजव्या हाताचा रस्ता पकडा.''

अरे देवा! आधीच इतका उशीर झाला होता. आता पुन्हा परत जाऊन वेगळा रस्ता घ्यायचा. मी त्या माणसाला आशेनं विचारलं, ''इथून एखादा जवळचा रस्ता आहे का?''

त्यावर तो मान हलवून नकार देत म्हणाला, ''नाही, हो. तुम्हाला परत मागेच जावं लागेल.''

आमच्यासमोर आता काही पर्यायच शिल्लक उरला नव्हता. मग आम्ही त्यांचे आभार मानून परत फिरलो आणि ब्रेमेन चौकाच्या दिशेनं परत निघालो. आता तर माझी घड्याळाकडे बघण्याची हिंमतच होत नव्हती. अखेर बऱ्याच वेळानंतर एकदाचे आम्ही त्या ब्रेमेन चौकात पोहोचलो. मग तिथून उजवीकडचा रस्ता घेऊन परत त्या लांबलचक कंटाळवाण्या निर्मनुष्य अंधाऱ्या उदास रस्त्यानं पुढे निघालो.

अचानक गाडीच्या दिव्यांचा प्रकाश एका पाटीवर पडला. त्या पाटीवर 'फुगेवाडी' असं लिहिलं होतं; पण आसपास कुणीच नव्हतं. वाहनंसुद्धा जात नव्हती आणि पायी चालणारे लोकही नजरेस पडत नव्हते. इथून फुगेवाडीच्या बसस्टँडला कसं पोहोचायचं, हे कुणाला विचारावं, तेच समजेना. इतक्यात रस्त्यावरच्या खांबाजवळ मिणमिणत्या दिव्याखाली काही तरुण मुलांचा घोळका उभा होता आणि त्यांच्यासोबत एक मुलगीसुद्धा होती. तिला पाठमोरं पाहताच मला कळलं, ती रिजूच होती!

ती एक छत्री घेऊन उभी होती. तिच्याभोवती घोळका करून तीन-चार

तरुण उभे होते. ती किती लहानशी, गरीब दिसत होती. आणि ते गावरान गुंड तिच्याभोवती घुटमळत होते, तिला त्रास देत होते, तिची छेड काढत होते हे तर उघडच होतं. का त्यांच्या मनात याहूनही आणखी काही वाईट विचार असतील? रस्त्याच्या पलीकडे झोपडपट्टी होती. ही मुलं नक्कीच तिथंच राहणारी असणार. आणि मी स्वतःच तिला या असल्या ठिकाणी आमची वाट बघत थांबायला सांगितलं होतं. ती जिवंत होती आणि अजून तरी कुठलाही रावण तिची शिकार करायला आलेला नव्हता.

आम्ही घाईनं यू-टर्न घेऊन तिच्या अगदी जवळ येऊन जोरात गाडी थांबवली. आता आम्हाला बघून ती मुलं लगेच काढता पाय घेतील, असं आम्हाला वाटलं; पण तसं काही झालंच नाही. ती मुलं खुशाल तिथंच उभी राहिली.

त्यानंतर जे काही घडलं त्यानं मला धक्काच बसला. आम्हाला पाहताच रिजूनं मागे वळून हातातली छत्री एका मुलाकडे दिली आणि ती हसून त्याच्याशी काहीतरी बोलू लागली.

"हिला काय वेडबिड तर नाही लागलं?" मी स्वत:शीच पुटपुटले. "ही त्या मुलांशी का बोलतेय? अशानं उगाच ती मुलं आणखी वाह्यातपणा करतील, हे हिला कळत कसं नाही?" मग मी घाईनं गाडीचा दरवाजा तिच्यासाठी उघडून धरला आणि तिला खुणेनं आत बोलावलं. ती गाडीत बसताच मी रोखून धरलेला श्वास सोडला आणि परत एक दीर्घ निःश्वास सोडला.

आम्ही घरी परत यायला निघालो. आता आमची लाडकी मुलगी सुखरूप होती, आमच्या जवळ होती. आता रिजूला तिच्या त्या विचित्र वागण्याचं स्पष्टीकरण विचारायला हरकत नव्हती. ती आम्हाला सांगू लागली- "मी फुगेवाडीच्या बसस्टॉपपाशी पोहोचले. तिथे गेल्यावर माझ्या लक्षात आलं, की तो विनंती थांबा होता. तिथं चिटपाखरूसुद्धा नव्हतं. मग ही मुलं तिथं येऊन मला विचारू लागली, 'तुम्ही इथं का थांबला आहात?' मग मी त्यांना सगळं सांगितलं तेव्हा त्यातला एक मुलगा म्हणाला, 'तिकडे समोरच माझं घर आहे. तुम्ही माझ्या घरी चलता का? माझी आई आहे घरी. ती तुमची काळजी घेईल. इथं असं पावसात ताटकळत उभं राहण्यापेक्षा घरात जास्त बरं नाही का? शिवाय जास्त सुरक्षितसुद्धा.' पण मी 'नाही' म्हणाले. 'माझे आई-

वडील मला घेऊन जायला येत आहेत. त्यांना मी दिसले पाहिजे ना?' असं त्याला सांगितलं. मला इथं बस स्टॉपजवळच थांबलं पाहिजे, असंही सांगितलं. मग त्यानं त्याची छत्री मला दिली. तो म्हणाला, 'ठीक आहे. मग आम्ही सगळेच इथं तुमच्यासोबत थांबतो. तुम्ही एकट्या इथं नका उभ्या राहू. तुमच्या दृष्टीनं ते सुरक्षित नाही.' म्हणून तर तुम्ही येऊन पोहोचेपर्यंत ती मुलं इथं माझ्यासोबत थांबली होती.''

तिचे ते शब्द ऐकून मी वरमले. झोपडपट्टी राहणाऱ्या मुलांविषयी केवढा मोठा पूर्वग्रह बाळगून बसले होते. आणि इथं सर्व वेळ ती मुलं माझ्या मुलीचं रक्षण करण्यासाठी पावसात भिजत उभी होती. किती चुकीचा विचार करत होते मी. माझा हा विचार केवळ पूर्वग्रहाच्या दोषामुळे होता. माणसं कशी दिसतात त्यावरून बांधलेला तो तर्क होता. पण आता म्हणायला आनंद होतो, की त्या दिवशी त्या जबाबदार मुलांच्या घोळक्यामुळेच आज माझे विचार बदलले आणि मानवजातीच्या चांगुलपणावरचा, सुसंस्कृतपणावरचा माझा अविश्वास जाऊन त्याची जागा विश्वासानं घेतली. मानवप्राण्याच्या सुसंस्कृतेबद्दल माझी नव्यानं खात्री पटली.

**– इला गौतम**

❖

# इस हाथ दे, उस हाथ ले

मुजफ्फरपूरमधील ती एक हिवाळ्यातली सकाळ होती. अशा वेळी नगीनाला जी बातमी समजली, त्यानं त्याचं मन फार दुखावलं. नगीना एक तरुण मुलगा होता. दरभंगा येथील 'ललित नारायण मित्रा युनिव्हर्सिटी'मध्ये नुकतीच त्याची लेक्चरर म्हणून नेमणूक झाली होती.

गेल्या काही दिवसांत त्याच ठिकाणी काम करत असलेल्या अमीश नावाच्या दुसऱ्या एका लेक्चररशी त्याची मैत्री झाली होती. दोघंही मित्र लवकरच एकत्र पाटणा शहराला जाणार होते. त्यांच्या आयुष्यातली सर्वांत महत्त्वाची मुलाखत त्यांना द्यायची होती. पण ठरलेल्या दिवशी नगीना मुजफ्फपूरला पोचला, तेव्हा त्याला कळलं की त्याचा मित्र अमीश तीन दिवसांपूर्वीच पाटण्याला रवानासुद्धा झाला होता.

नक्की काय घडलं असणार, हे लक्षात यायला नगीनाला फार वेळ लागला नाही. मुलाखतीमध्ये नगीनाच्या पुढे जाण्यासाठी त्याच्याच जिवलग मित्रानं त्याच्यावर कडी केली होती, त्याला फसवलं होतं. ही गोष्ट लक्षात आल्यावर नगीनाचं मन उदास झालं. जणू थंड वाऱ्याच्या लहरीनं त्याच्या हृदयाची पकड घेतली.

एक आठवड्यापूर्वी बिहार पब्लिक सर्व्हिस कमिशननं अशी घोषणा केली होती की, ललित नारायण मिश्रा युनिव्हर्सिटीत (LNMU) कायमस्वरूपी लेक्चररच्या पदासाठी उमेदवारांच्या मुलाखती घेण्यात येणार आहेत. नगीना आणि अमीश हे दोघंही तात्पुरत्या नोकरीत होते. बिहार पब्लिक सर्व्हिस कमिशनची ही घोषणा म्हणजे आयती चालून आलेली ही सुवर्णसंधीच होती. त्यामुळे दोघाही मित्रांनी त्याच पदासाठी

अर्ज केला होता. असं करत असताना आपण आपल्या जिवलग मित्राशीच स्पर्धा करत आहोत हे जरी नगीनाला उमगलं असलं, तरीसुद्धा अमीश या स्पर्धेत पुढे जाण्यासाठी आपली मैत्रीसुद्धा पणाला लावेल, असं सरळ-साध्या मनाच्या नगीनाच्या लक्षात आलं नाही. 'मुलाखतीच्या आदल्या दिवशी आपण दोघंही मुजफ्फरला भेटू आणि तिथून फेरी बोट घेऊन पाटण्याला जाऊ,' असं अमीशनं सुचवताच नगीनानं त्याला लगेच मान्यता दिली.

परंतु अमीश तीन दिवसांपूर्वीच पाटण्याला रवाना झाला होता, याचा अर्थ एकच होता- तो आधीपासून शिक्षण क्षेत्रातील संबंधित व्यक्तींकडे खेटे घालत होता, राजकारण करत होता. आपलीच निवड व्हावी यासाठी वशिला लावत होता. नगीना तसा बाहेरगावाहून आलेला होता. त्याच्या इथं काही फारशा ओळखीसुद्धा नव्हत्या. त्याला मदत करणारं कुणीसुद्धा नव्हतं. त्याच्यावर तर आभाळच कोसळलं होतं.

जड हृदयानं तो एकटा फेरी बोटीनं पाटण्याला निघाला. तो मनातून खूप हताश, निराश झाला होता.

दुसऱ्या दिवशी सकाळी नगीना टापटिपीत तयार होऊन मुलाखतीच्या जागी पोचला. त्याला मनातून खूप भीती वाटत होती. तो आत्मविश्वासही गमावून बसला होता, पण ते चेहऱ्यावर दिसू न देण्याचा तो अगदी आटोकाट प्रयत्न करत होता. अखेर त्याला मुलाखतीसाठी आत बोलावण्यात आलं. तो धडधडत्या हृदयानं अत्यंत करारी चेहऱ्याच्या व्यक्तींसमोर जाऊन उभा राहिला. मधोमध बिहार पब्लिक सर्व्हिस कमिशनचे अध्यक्ष शुक्ला बसले होते. त्यांच्या दोन्ही बाजूंना वरिष्ठ तज्ज्ञ मंडळी बसली होती. त्यांचे ते धीरगंभीर चेहरे आणि निर्विकार नजरा पाहून नगीनाच्या मनात जी काही थोडीफार आशा शिल्लक होती, तीसुद्धा लयाला गेली.

जरा वेळ शांतता पसरली. अचानक त्या शांततेचा भंग करत अध्यक्ष शुक्ला म्हणाले, "मिस्टर दुबे, तुम्ही मुळचे कुठले?"

नगीनाला त्यांचा तो प्रश्न ऐकून धक्का बसला. त्याला वाटलं, इथं आपली बोलण्यातली हुशारी तपासण्यासाठी मुद्दामच हा प्रश्न विचारण्यात आला आहे. त्यामुळे एका वाक्यात जमेल तेवढी माहिती घुसडण्याचा प्रयत्न करून तो म्हणाला, "सर, मी गोड्डा जिल्ह्यातील बंदनवार

नावाच्या छोट्याशा खेड्यातून आलो असून...''

"काय? बंदनवार?'' शुक्ला त्याला मध्येच थांबवून म्हणाले.

आपल्या गावाचं नाव कुणाला ऐकूनसुद्धा ठाऊक असेल, असं नगीनाला कधी स्वप्नातही वाटलं नव्हतं. शुक्ला एव्हाना लोकांच्या मुलाखती घेऊन कंटाळले असून ते केवळ गंमत म्हणून, आपली फिरकी घेण्यासाठी हे असं विचारत आहेत, की त्यांना आपल्या गावाविषयी जाणून घेण्यात खरंच रस आहे, हे नगीनाला कळेना. काहीही असलं तरी या प्रश्नाचा त्याच्या मुलाखतीशी काहीही संबंध नव्हता.

नगीनानं मान वर करून शुक्ला यांच्याकडे पाहिलं. त्यांचे डोळे लहान मुलाच्या उत्सुकतेनं चमकत होते. त्यांनी लगेच पुढचा प्रश्न अत्यंत अधीरतेनं केला, "तुम्हाला या गावातले कांतिप्रसाद दुबे माहीत आहेत का?''

नगीना आता बुचकळ्यात पडला. खुद्द बीपीएससीचे अध्यक्ष आपल्या आजोबांविषयी असं का विचारत आहेत, हे त्याला कळेना. एक आवंढा गिळून तो म्हणाला, "हो सर, ते माझे आजोबा; पण आता आजारपणामुळे ते अंथरुणाला खिळून असतात.''

त्याचे हे शब्द ऐकताच ती मुलाखतीची अंधारी खोली, ते समोरच्या टेबलामागे बसलेले धीरगंभीर निर्विकार चेहऱ्याचे लोक या सर्वांच्या मधोमध बसलेल्या शुक्लांच्या डोळ्यांत एकदम पाणी तरारून आलं. पण ते तसेच मोठ्यांदा म्हणाले, "पण म्हणजे ते जिवंत आहेत? तुम्ही माझं एक काम कराल का? त्यांना माझा नमस्कार सांगा आणि मला आशीर्वाद द्यायला सांगा.''

नोकरीच्या आशेनं तिथं मुलाखतीसाठी आलेल्या नगीनाच्या दृष्टीनं हे सगळं खूपच विचित्र चाललं होतं. तो गोंधळून गेला. त्यानं फक्त मान हलवून होकार दिला.

राहिलेली मुलाखत झटक्यात पार पडली. ज्या मुलामुळे खुद्द अध्यक्षांच्या डोळ्यांत पाणी आलं, त्या मुलाविषयी मुलाखत घेणाऱ्या इतरांना आता आदर वाटू लागला होता. त्यांनी त्याला नेहमीचे साचेबंद प्रश्न विचारले आणि त्यानं त्या प्रश्नांची उत्तरं दिली. आपली मुलाखत व्यवस्थित पार पडल्याचं समाधान मनात घेऊन नगीना बाहेर पडला.

निकाल जाहीर करण्यात आला. लेक्चररच्या त्या एकमेव कायमस्वरूपी

पदासाठी नगीनाची नेमणूक झाल्याचं पाहून सर्वांनाच आश्चर्य वाटलं. नगीना दुबेच्या आयुष्यातील तो सर्वांत आनंदाचा दिवस होता.

आपण इतके वशिले लावून, इतक्या ओळखी काढूनसुद्धा या बाहेरच्या राज्यातून आलेल्या नगीनाला ही जागा कशी काय मिळाली, ते कोडं अमीशला उलगडेना. नगीनाच्या दृष्टीनं त्याच्या आयुष्यातला पहिलाच मोठा विजय होता. त्याची शैक्षणिक पार्श्वभूमी अति उत्तम होती. तो सुवर्णपदाचा मानकरी होता. पदव्युत्तर परीक्षेतही त्यानं प्रथम श्रेणी प्राप्त केली होती; पण या विजयामुळे त्याची देवावर पुन्हा एकदा श्रद्धा बसली. त्याची पात्रता, गुणवत्ता त्यामुळे सिद्ध झालीच होती. त्याचबरोबर एखादी व्यक्ती जर एखादी गोष्ट मिळण्यासाठी खरोखर पात्र असेल, तर त्या व्यक्तीकडून ती कुणीही हिरावून घेऊ शकत नाही, हेही या घटनेमुळे सिद्ध झालं. नगीनाला हे माहीत नव्हतं, की आज त्याला जो विजय मिळाला होता, त्याचं कारण खूप दूरच्या भूतकाळात दडलं होतं. त्याच्या जन्माच्याही खूप आधी काहीतरी घडलं होतं, आणि तेच नगीनाच्या आजच्या यशाला कारणीभूत होतं.

नवीन पदावर सुमारे वर्षभर काम केल्यानंतर नगीना रजा घेऊन आपल्या गावी गेला. तिथं तो अंथरुणाला खिळलेल्या त्याच्या आजोबांना भेटायला गेला. त्याचे आजोबा, म्हणजेच कांतिप्रसाद दुबे फारच क्षीण झाले होते. त्यांच्या नजरेत काहीही ओळख नव्हती. ते आयुष्याला कंटाळले होते. कधीतरी दिवसचे दिवस ते तोंडातून एक अक्षरही काढत नसत. ते मृत्यूची वाट पाहत एक एक दिवस कसातरी ढकलत होते, हे तर उघडच होतं. आजोबांना आता जवळजवळ काहीच ऐकू येत नाही, असं नगीनाला कुणीतरी सांगितलं. त्यानंतर आपल्या त्या मुलाखतीची हकिगत आजोबांना सांगण्याची नगीनाला आठवण झाली. नगीनानं आजोबांच्या समोर बसून घडलेलं सगळं जसंच्या तसं, अगदी सावकाश त्यांना समजावून सांगितलं. कितीतरी गोष्टींची परत परत उजळणीसुद्धा केली; पण त्याच्या आजोबांना त्यातलं काही समजलं तरी होतं की नाही, हेच त्याला कळत नव्हतं.

पण नगीनानं बोलता बोलता राम शुक्ला यांच्या नावाचा उच्चार केल्यावर मात्र क्षणार्धात सगळं चित्र पालटलं. आजोबांच्या हाताची एकदम जोरात हालचाल झाली आणि ते नगीनाकडे रोखून पाहू लागले.

"काय म्हणालास? परत सांग," ते कापऱ्या आवाजात म्हणाले. ते गेल्या कित्येक दिवसात एक अक्षरही बोलले नव्हते. आज प्रथम त्यांनी बोलायला तोंड उघडलं.

"राम, राम शुक्ला," नगीना म्हणाला.

"राम?" आजोबा म्हणाले. त्यानंतर ते जोरात रडू लागले. आपल्या पूर्ण आयुष्यात आजवर नगीनानं आपल्या आजोबांना रडताना कधीच पाहिलं नव्हतं.

त्यानंतर आजोबा पुन्हा गप्प झाले. ते काहीच बोलेनात. अखेर नगीनानं आपल्या सर्वांत मोठ्या काकांना बोलावून सगळी हकिगत सांगितली. अखेर काकांकडून त्याला सर्व कहाणी समजली.

पस्तीस वर्षांपूर्वी कांतिप्रसाद दुबे यांची भाभुआ नामक खेड्यातील एका शाळेत मुख्याध्यापक म्हणून नियुक्ती झाली. त्यांना आपल्या घरापासून लांब त्या खेड्यात एकटंच राहावं लागे. घरच्यांशी महिन्यातून केवळा एकदाच गाठभेट होत असे. पण ते अत्यंत कडक शिस्तीचे होते. त्यांचं आपल्या कामावर प्रेम होतं.

एकदा शैक्षणिक वर्ष अर्धअधिक संपून गेल्यानंतर राम शुक्ला नावाचा एक बुद्धिमान मुलगा खिन्न चेहऱ्यानं त्यांच्या ऑफिसात आला. त्याच्या शाळेची आणि वसतिगृहाची फी भरणं त्याच्या आई-वडिलांना इथून पुढं शक्य होणार नसल्यानं रामनं शाळा सोडावी, असं त्याच्या आई-वडिलांनी त्याला कळवलं होतं. कांती दुबे यांनी त्याच्या समस्येवर दिवसभर विचार करून दुसऱ्या दिवशी त्यावर एक तोडगा शोधून काढला. त्यानं रामला त्यांच्या स्वतःच्या घरी राहायला बोलावलं. त्यामुळे त्याच्या राहण्या-जेवणाची मोफत सोय झाली. शिवाय त्याची शाळेची फीसुद्धा स्वतःच्या खिशातून भरण्याचा कांती दुबे यांनी निर्णय घेतला.

रामला तर आपण स्वप्न पाहत आहोत की काय, असंच वाटलं. त्याला आपल्या शिक्षकांकडून शाळेत तर खूप काही शिकायला मिळतच होतं; पण आता तर घरीसुद्धा त्यांची शिकवणी मिळत होती. केवळ एका छताखाली त्यांच्याबरोबर राहूनसुद्धा राम खूप काही शिकत होता. त्यांचे त्याच्यावर इतके उपकार होते, की त्याची थोडीफार परतफेड करण्यासाठी कृतज्ञतेच्या भावनेतून तो त्यांची लहानसहान कामं करत

असे. कांती दुबे आपल्या कुटुंबीयांपासून लांब राहत असल्यामुळे त्यांच्या जीवनात निर्माण झालेली पोकळी आता रामनं भरून काढली होती. पुढच्या काही वर्षांत शिक्षक-विद्यार्थ्याच्या या जोडीचं नात खूप घट्ट झालं. रामची मॅट्रिकची परीक्षा झाल्यावर मात्र तो ते खेडं सोडून निघाला. तीच त्याची आणि त्याच्या शिक्षकांची अखेरची भेट!

आज पस्तीस वर्षांनंतर हे शिक्षक आणि विद्यार्थी नगीनाच्या तोंडून एकमेकांविषयी माहिती ऐकत होते. नगीनाच्या काकांनी ती कहाणी सांगून संपवताच त्याला एक कळून चुकलं, की या सुंदर कहाणीत पुढे जे काही घडण्याचं विधिलिखित होतं, त्यात त्यानं स्वतःनं एक छोटीशी भूमिका बजावली होती. आपल्या जुन्या आवडत्या शिक्षकांशी तुटलेला संपर्क पुन्हा प्रस्थापित करण्यात त्यानं राम शुक्ला यांना मदत केली होती. त्याच्या आजोबांच्या मनालासुद्धा शांती मिळवून दिली होती. आज आजोबा असे अंथरुणावर शेवटच्या घटका मोजत पडलेले असताना राम शुक्लाविषयी सांगून त्यानं त्यांना प्रसन्नता मिळवून दिली होती- त्यांचा लाडका विद्यार्थी त्यांना विसरला नव्हता.

कांती दुबे किंचितसे हसले आणि त्यांनी अत्यंत सुखासमाधानानं डोळे मिटले. कायमचे. आपण जर कधी काही सत्कृत्य केलं असेल, तर त्याचं फळ आपल्याकडे आपोआप चालत येतं, ही त्यांची खात्री पटली होती.

**– तुलिका दुबे**

❖

# ते एका वादळात पडलं

वादळात जी विलक्षण ताकद असते, ती मला खूप आवडते. वादळ म्हणजे निसर्गाचा अत्यंत प्रेक्षणीय असा खेळ असतो आणि ते ओसरलं, की मागे एक प्रकाश ठेवून जातं. तो प्रकाश तर केवळ दिव्य असतो. म्हणूनच त्या दिवशी वादळ ओसरल्यावर मी फेरफटका करायला बाहेर पडलो. गडद आभाळ मंत्रमुग्ध करणारं होतं. स्वच्छ ताज्या हवेचा वास मनाला मोहवून टाकत होता. झाडाची पानं स्वच्छ धुतल्यासारखी दिसत होती. त्या पानांच्या कडांवर पाण्याचे ओघळ येऊन थबकले होते. त्यांचे बिंदू तयार होऊन ते प्रकाशात चमकत होते. जणू त्या झाडांवर छोटे छोटे दिवेच लावले होते. आख्खी झाडंच नाताळच्या सणासाठी सजल्यासारखी उभी होती.

मी रस्त्यातून चालत असताना मला एक लहान मुलांची टोळी धूम पळत कुठंतरी निघालेली दिसली. एक म्हातारा त्या पाठीला पाय लावून पळणाऱ्या मुलांच्या नावे बोट मोडत उभा होता. तो त्यांना शिव्यांची लाखोली घालत होता. ती दोन मुलं आणि त्यांच्यासोबत असलेली छोटी मुलगी सशांच्या पिल्लांसारखे सैरावैरा धावत सुटले होते. त्यांच्या हातात एक गोणी होती. ती मुलं ती गोणी फरफटत ओढत घेऊन निघाली होती. त्यांचं काय चाललं होतं, कोण जाणे! पण मला त्यांच्या भानगडीत पडण्याची इच्छा नव्हती. मी तसाच सरळ चालत राहिलो. ती मुलं बाजूच्या एका गल्लीत अदृश्य झाली.

काही मिनिटांनंतर पुन्हा ती मुलं माझ्या दृष्टीस पडली. वादळामुळे आंब्यांच्या झाडांवरचे आंबे रस्त्यात पडले होते. मुलं ते आंबे गोळा

करत होती. मीही लहान असताना हे असं करायचो. फरक इतकाच होता, की ही मुलं रस्त्यात पडलेले आंबे गोळा करत होती, तर मी आणि माझे मित्र रानात आंबे तोडायला जात असू. त्यामुळे शिवीगाळ करत कुणी आमच्या अंगावर धावून येत नसे.

ती मुलं आंब्याच्या एका झाडापासून दुसऱ्या झाडापर्यंत पळत जात होती. मी त्यांना निरखून बघत तिथं उभा राहिलो. मी त्यांचं निरीक्षण करत असल्याचं त्यातल्या एका मुलाच्या लक्षात आलं. तो जरासा कावराबावरा झाला; पण नंतर माझ्याकडे दुर्लक्ष करून तो रस्त्यावरचे आंबे गोळा करत राहिला.

मी त्या मुलांच्या जवळ जाऊन म्हणालो, "हे तुम्ही काय करताय?"

ती मुलं दचकली. त्यांतले दोघं मुलगे काहीच बोलले नाहीत. पण ती मुलगी धीटपणे हसून म्हणाली, "आम्ही आंबे गोळा करतोय."

ते दोघं तिचे मोठे भाऊ असावेत. तिनं माझ्याशी बोललेलं त्यांना बहुधा आवडलं नाही. त्यांच्यातला एक जण म्हणाला, "पण तुम्ही हे का विचारताय? तुम्ही मालकांना जाऊन हे सांगणार आहात का?"

"नाही. मी कशाला असं करू? तुम्ही रस्त्यात पडलेले आंबे गोळा करताय. तुम्ही काय चोरी करत नाहीयात, कुणाच्या झाडाला लागलेले आंबे तोडत नाहीयात," मी समजावणीच्या सुरात म्हणालो. मला वाटलं, मी जर त्यांची कड घेतली, तर ती मुलं माझ्याशी मोकळेपणानं बोलतील.

तसंच झालं.

"ते म्हातारे आजोबा आमच्या आत्ता मागे लागले होते ना पण! त्यांना सांगा जरा," दुसरा मुलगा म्हणाला.

त्यावर मी नुसता हसलो. ती मुलं परत आंबे गोळा करू लागली.

सगळेच आंबे काही चांगल्या स्थितीत नव्हते. झाडावरून ते जोरात काँक्रीटच्या रस्त्यावर आदळले होते. त्यातले काही ठेचकाळले होते, काही उकलले होते, तर काहींचे दोन तुकडेसुद्धा झालो होते. ती मुलं सापडलेला प्रत्येक आंबा उचलून नीट निरखून बघत होती. चांगला असेल, तर ती तो पिशवीत टाकत होती आणि खराब असेल तर मात्र फेकून देत होती आणि मग पुढच्या झाडाकडे पळत होती. एका रस्त्यावरची सगळी झाडं संपली की पुढच्या रस्त्याकडे जात होती.

आता मीही त्यांच्या मागोमाग निघालो होतो. पण मी त्यांच्यापासून योग्य अंतर राखूनच चालत होतो. उगाच मीही त्यांच्या या कारवायांमध्ये सहभागी आहे, असा कुणाचा समज व्हायला नको होता. शिवाय आणखी एखादा म्हातारा घरातून बाहेर येऊन त्या मुलांच्या अंगावर धावला असता, तर ती मुलं गेली असती पळून. पण मग माझं काय झालं असतं, ही काळजीसुद्धा माझ्या मनात होतीच. मी त्या मुलांचा साथीदार आहे असं कुणाला समजलं असतं, तर सगळीच परिस्थिती फार विचित्र होऊन गेली असती. म्हणूनच त्या मुलांच्या फार जास्त जवळून चालायचं नाही, असं मी ठरवलं. समजा त्या मुलांना कुणी पकडलंच, तर माझा आणि त्यांचा काहीही संबंध नसल्याच्या आविर्भावात मला तिथून काढता पाय घेणं सहज शक्य झालं असतं. एव्हाना त्या मुलांचा माझ्यावर विश्वास बसला होता. मी त्यांचं नाव कुणाला सांगणार नाही, अशी त्यांची खात्री पटली होती.

अचानक त्यांच्यातल्या त्या छोट्या मुलीच्या लक्षात आलं, की त्या वादळात आंब्यांसारखेच पेरूच्या झाडांवरचे पेरूसुद्धा रस्त्यात पडले होते. मग तिनं तेही वेचायला सुरुवात केली. ती एकेक पेरू उचलून निरखून बघत होती आणि चांगला असेल, तर पिशवीत टाकत होती आणि खराब असेल, तर फेकून देत होती.

असा खूप वेळ गेला. आम्ही एक एक रस्ता संपवून पुढच्या रस्त्याकडे जात होतो. आता आपोआपच त्या मुलांना पकडायला कुणी येत तर नाही ना, याकडे नजर ठेवण्याची जबाबदारी अलगद माझ्यावर येऊन पडली होती. हे नक्की कधी घडलं, ते माझ्याही लक्षात आलं नाही. पण मी ते काम आनंदानं स्वीकारलं. जोपर्यंत त्यामुळे मी कसल्याही अडचणीत सापडत नव्हतो, तोपर्यंत ते करायला माझी काहीच हरकत नव्हती. कधीकधी तर आम्ही अगदी पकडले जाता जाता वाचलो होतो. आणि खरं सांगायचं, तर मला पण तो सगळा धोका पत्करताना मजा येत होती. तसं करताना मला माझं बालपण आठवत होतं. फक्त माझ्यासारखा एक सभ्य माणूस त्या रस्त्यावर भटकणाऱ्या पोरांच्या कारवायांमध्ये सामील झाल्याचं कुणाच्या जर लक्षात आलं असतं, तर मोठी कठीण परिस्थिती ओढवली असती. म्हणून मला त्या मुलांच्या सोबत कुणीही पाहू नये, याची मी खूप काळजी घेत होतो.

माझ्या ओळखीचं कुणीही मला या मुलांच्या सोबत पाहून चालणारच नव्हतं. ही मुलं या गल्लीतून त्या गल्लीत नुसती चालत असताना मी त्यांच्याशी बोलू शकत नव्हतो. पण ती मुलं प्रत्यक्ष आंबे गोळा करत असताना मात्र मी त्या गावचाच नसल्याचा बहाणा करत चालत होतो.

जरा वेळानं मी त्यांच्याकडच्या पिशवीत डोकावून पाहिलं. त्यांनी बरीच फळं गोळा केलेली दिसत होती आणि तरीही त्यांचा आणखी फळांचा शोध चालूच होता. आणखी एक जराशी विचित्र गोष्ट माझ्या लक्षात आली. त्या मुलांपैकी कुणीही एकसुद्धा आंबा किंवा पेरू उष्टावला नव्हता. मला माझ्या लहानपणीची आठवण झाली. मी आणि माझे मित्र कधीही असे आंबे गोळा करण्यासाठी भटकायचो, तेव्हा काही आंबे आम्ही पिशवीत गोळा करायचो, काही रस्त्यातच खायचो आणि फुटलेले, खराब झालेले आंबे रानात इतस्ततः भिरकवायचो. पण ही मुलं मात्र यातलं काहीही करत नव्हती. "तुमच्याकडे आता पुरेसे आंबे जमले आहेत ना?" मी विचारलं.

त्यावर ती मुलं माझ्याकडे नुसतीच बघत राहिली; पण काही बोलली मात्र नाहीत. जरा वेळानं त्यांच्यातली छोटी मुलगी म्हणाली, "आम्ही हे आंबे आमच्यासाठी गोळा करत नाही आहोत. आम्ही ते सगळे विकणार आहोत."

तेवढ्यात त्यांच्यातल्या मोठ्या भावानं तिला हळूच कोपरानं ढोसलं. त्यांचा जो काही बेत होता, तो मला सांगायची त्या मुलांची इच्छा नव्हती, हे उघडच होतं.

जरा वेळानं आंबे गोळा करत ते दोन मुलगे थोडे पुढे गेले. मग ती छोटी मुलगी माझ्या जवळ आली. तिनंच मला त्यांचं गुपित सांगितलं.

"आम्ही नं... हे आंबे विकणार आहोत. मग आलेल्या पैशांमधून आम्हाला आमच्या आईसाठी काहीतरी भेटवस्तू घ्यायची आहे. आज तिचा वाढदिवस आहे. तिला काय द्यायचं, याचा आम्ही सकाळभर खूप विचार केला. पण आम्हाला काहीच सुचत नव्हतं. मग हे जोराचं वादळ झालं. मग माझ्या भावाला हे सुचलं. तो म्हणाला, आपण रस्त्यात पडलेले आंबे गोळा करून विकू आणि त्यातून मिळालेल्या पैशांनी आईसाठी काहीतरी छान वस्तू आणू."

त्या मुलांचं त्यांच्या आईवर किती प्रेम होतं ते तिच्यासमोर व्यक्त

करण्याची जी काही धडपड चालली होती, ती पाहून मी भारावून गेलो. पण त्याचबरोबर माझ्या स्वतःच्या बालपणामधल्या ज्या गोड आठवणींमध्ये मी रमून गेलो होतो, त्यांना मात्र माझ्या समोरचं हे वास्तव पाहून चांगलाच धक्का बसला.

ती छोटी मुलगी परत आपल्या भावांना मदत करायला पळून गेली. मी मात्र तिथं नुसताच तिच्याकडून समजलेल्या माहितीवर विचार करत राहिलो. आपल्या डोळ्यांसमोर बघता बघता गोष्टींचा अर्थ कसा बदलतो, यावर माझा विश्वासच बसेना. एका क्षणापूर्वी माझ्या दृष्टीनं ती मुलं म्हणजे निरागस बाल्याचं प्रतीक होतं. आनंदी, हसरी, उत्साही; पण अचानक ती मुलं मला दुःखी, उदास भासू लागली. या अशा प्रकारचं वास्तव जेव्हा आपल्यासमोर येऊन उभं ठाकतं, तेव्हा आपण बऱ्याच वेळा त्याकडे दुर्लक्ष करतो किंवा मुद्दाम कानाडोळा करतो. त्याला सामोरं जाण्याचं टाळतो.

ती मुलं किती लहान होती. त्यांच्यातला तो मोठा मुलगा फार तर दहा वर्षांचा असेल आणि धाकटा असेल आठ वर्षांचा. ती छोटी मुलगी तर जेमतेम सहा वर्षांची असणार. हे काही रस्त्यावरचे आंबे गोळा करून ते बाजारात विकून त्यातून आलेल्या पैशांनी आपल्या आईसाठी काहीतरी भेटवस्तू आणण्याचं वय निश्चितच नव्हतं. पण त्या बाबतीत मी काहीच करू शकत नव्हतो. मी जर त्यांना पैसे देऊ केले असते, तर त्यांना अपमान वाटला असता. तो नुसता त्यांचाच अपमान केल्यासारखं झालं नसतं, तर त्यांच्या उद्दिष्टाचाही तो अपमान झाला असता. त्यामुळे मी काही न बोलता नुसता त्यांच्याबरोबर चालत राहिलो.

आणखी काही गल्ल्या पालथ्या घालून आणखी बरेच आंबे आणि पेरू गोळा करून झाल्यानंतर अखेर ती मुलं बाजाराच्या दिशेनं वळली. आत्तापर्यंत इतका वेळ मी त्यांच्याबरोबर राहिलो होतो, त्यामुळे आता बाजारात गेल्यानंतर त्यांच्या या बेताचं पुढं काय होतं हेही पाहावं, म्हणून मी जरा दूर अंतरावर थांबलो.

भर बाजारात ती मुलं जर आंबे विकायला बसली असती, तर तिथल्या दुकानदारांनी नक्कीच आक्षेप घेतला असता, याची त्या मुलांनाही कल्पना असावी. त्यामुळे त्यांनी बाजाराकडे जाणाऱ्या रस्त्याच्या कडेलाच दुकान थाटलं. मी त्यांचं बारकाईनं निरीक्षण करत होतो.

आधी त्यांनी त्यांची जड थैली रस्त्याच्या कडेला नीट ठेवली. मग गवतावर त्यातली सगळी फळं ओतली. त्यातले आंबे आणि पेरू वेगवेगळे केले. त्यानंतर त्यांचे प्रतवारीनुसार वेगवेगळे ढीग केले. मग ती थैली अंथरून ते त्यावर नीटनेटके रचून ठेवले. त्या पिशवीवर दोन प्रकारची फळं मांडून ठेवलेली दिसत होती. आंबे आणि पेरू. त्यातले सगळे पेरू साधारणपणे सारखेच होते. आंब्यांमध्ये मात्र बरीच विविधता होती. काही लहान, काही मोठे, वेगवेगळ्या जातीचे. त्या सगळ्या फळांची किंमत तशी बेताचीच होती, पण तरीही लोक थांबून त्यांच्याशी घासाघीस करत होते. 'या इतक्या लहान मुलांशी हे लोक खुशाल घासाघीस कसे काय करत आहेत?' असं माझ्या मनात आलं. मला त्या घासाघीस करणाऱ्या लोकांची मनोमन चीड आली; पण गिऱ्हाइकांशी सौदा करत असणाऱ्या त्या मुलांचं मात्र मला मनातून खूप कौतुक वाटत होतं. माझ्या नजरेत ती मुलं खूप मोठी झाली होती.

ती फळं खूप स्वस्त असल्यामुळे ती भराभर विकली जात होती. आता त्यांच्या पुढ्यात खूप कमी आंबे शिल्लक उरले होते. आता येणारे जाणारे लोक त्या आंब्यांकडे ढुंकूनसुद्धा बघत नव्हते. त्या मुलांना आता ते राहिलेले आंबे विकून टाकण्याची घाई झाली होती आणि त्यामागचं कारण उघड होतं. त्यांना लवकरात लवकर आपल्या आईसाठी काहीतरी वस्तू खरेदी करायची होती आणि दिवस मावळला होता.

मग मी पुढे झालो. मी त्यांचे राहिलेले सगळे आंबे विकत घेण्याची तयारी दाखवून त्यांना म्हणालो, "याचे किती?"

ती चिमुरडी माझ्याकडे बघून हसली. त्या मुलांनी बोटं घालून हिशोब करण्यास सुरुवात केली. अखेर त्यांनी सांगितलं, "आठ रुपये."

मी खिशातून दहा रुपयांची नोट काढून त्यांना दिली. मुलं लगेच पिशवीत हात घालून राहिलेले पैसे परत करण्यासाठी नाणी शोधू लागली.

"अरे, राहू देत." मी म्हणालो, पण त्यांनी माझं ऐकलं नाही. त्यांनी दोन रुपयांचं नाणं माझ्या हातात ठेवलं.

"मग? आता तुमच्या आईसाठी या पैशांचं काय आणणार तुम्ही?"

मी हसून म्हणालो.

त्यावर ती मोठी दोन मुलं त्यांच्या बहिणीकडे डोळे वटारून बघू लागली. तिनं त्यांचं गुपित फोडलं होतं. ते पाहून मी त्या मुलीचा विश्वासघात केल्यासारखं मला वाटलं आणि कानकोंड्यासारखं झालं.

अखेर त्यांच्यातला मोठा मुलगा म्हणाला, ''ते आम्ही अजून ठरवलेलं नाही. आम्ही किती पैसे जमले आहेत ते आधी बघू आणि मग ठरवू.''

मग त्यांनी जमलेले पैसे त्या थैलीवर ओतून सावकाश मोजले. ते शंभर रुपयांहून थोडेसे जास्त भरले. त्यानंतर त्यांच्यात आपापसात जी काही नजरानजर झाली, त्यावरून ते त्यांच्या अपेक्षेपेक्षा जास्त असावेत, असं वाटलं. मग आता त्या जमा झालेल्या रकमेतून काय खरेदी करावं याचा ऊहापोह सुरू झाला. बराच वेळ त्यांचं एकमत होत नव्हतं. तेवढ्यात त्या छोट्या मुलीचं रस्त्यावर छत्र्या विकायला निघालेल्या माणसाकडे लक्ष गेलं. तो पावसानं भिजलेल्या रस्त्यावरून गिऱ्हाइकाच्या शोधात चालला होता.

''मॉंसाठी जर आपण छत्री विकत आणली, तर? तिला नक्कीच त्याचा उपयोग होईल. ती रोज किती चिंब भिजून घरी येते,'' ती छोटी मुलगी म्हणाली. तिच्या भावांनाही ते पटलं.

मग ती तिघंही धावतच त्या छत्र्या विकणाऱ्या माणसाकडे गेली. त्याच्या जवळच्या रंगीबेरंगी छत्र्या हात लावून पाहू लागली; पण त्या सगळ्या छत्र्यांमधून एक पांढऱ्या रंगावर लाल फुलं असलेली छत्री त्या चिमुरडीच्या मनात भरली.

त्या छत्रीकडे बोट दाखवत ती म्हणाली, ''मला ती घ्यायची आहे.''

पण ती छत्री त्यांच्या ऐपतीपेक्षा फार महाग होती. त्या छत्री विकणाऱ्यानं वारंवार तिला समजावून सांगण्याचा प्रयत्न केला, पण तिला ते काही पटत नव्हतं. मग तिच्या भावांनीसुद्धा तिला कितीदा समजावलं; पण ती काहीही ऐकून घ्यायला तयार नव्हती. आता तिचे डोळे पाण्यानं भरले होते. सहा वर्षांच्या त्या चिमुरडीला कोण आणि कसं समजावणार?

मला तिथे नुसतं उभं राहून तो प्रकार बघत राहणं जमेना.

ती मुलं छत्री विक्रेत्याकडे तोंड करून उभी होती. त्यांची माझ्याकडे पाठ होती. मग मी खिशातून पन्नास रुपयांची नोट काढून दुरूनच त्या विक्रेत्याला दाखवत फडकावली. त्याचं माझ्याकडे लक्ष गेलं. मग मी माझं बोट ओठांवर ठेवून त्याला काही न बोलण्याची खूण केली. मला काय सांगायचं होतं ते त्याच्या लक्षात आलं. त्यानं त्या मुलांना ती छत्री देऊ केली. त्याबद्दल त्यांनी त्यांच्याजवळ असलेले सगळेच्या सगळे पैसे त्याला देऊन टाकले.

ती मुलं त्यांच्या पसंतीची ती छत्री घेऊन उड्या मारत निघून गेली. त्यानंतर तो छत्रीविक्रेता माझ्यापाशी आला आणि मी पुढे केलेली पन्नास रुपयांची नोट घेऊन निघून गेला.

मी हे जे काही केलं, त्याला बरेच लोक दानधर्म म्हणतील; पण मला मात्र तसं नाही वाटत. खरंतर ती मुलंच मला खूप काही देऊन गेली. नाहीतरी पैशाचं मोल काय असतं? एका कागदाचा केवळ एक तुकडा असतो तो. पैशाची खरी किंमत कशात असते? त्या पैशाची ज्या कुणाला जी काही गरज असते, त्या गरजेवरून त्याचं मोल ठरतं. माझ्या दृष्टीनं पाहिलं, तर त्या पैशांची किंमत एखादं चॉकलेट किंवा वेफर्सचं पाकीट एवढीच होती. किंवा फार फार तर एक प्लेट नूडल्स. पण त्याच नोटेची त्या लहान मुलांच्या दृष्टीनं फार जास्त किंमत होती. त्यांना त्यांच्या आईविषयी वाटणारं प्रेम, माया, आदर, जिव्हाळा हे सगळं काही त्या नोटेत सामावलेलं होतं. त्या मुलांनी माझ्या नोटेची किंमत लाखो पटींनी वाढवली होती. त्या मुलांनी जेव्हा ती छत्री त्यांच्या आईच्या हाती ठेवली असेल, तेव्हा तिला काय वाटलं असेल? कदाचित ती रडलीही असेल. आणि तिच्या त्या अश्रूंची किंमत कधी तरी लावता येईल का?

त्यानंतर पुन्हा कधीही मी बाजारातून चालत जात असलो, की माझी नजर आपोआप त्या मुलांना शोधत राहायची. पुन्हा कधीही ती मुलं अशी रस्त्याच्या कडेला फळं विकत बसलेली पाहायला लागू नयेत, असं मला मनोमन वाटायचं.

मला ती मुलं पुन्हा कधीही भेटली नाहीत.

**– संतनू भौमिक**

❖

# एक आगळीवेगळी गाठभेट

माझे वडील डॉक्टर होते. पश्चिम बंगालमधील राणीगंज येथे असलेल्या एका खासगी कंपनीत ते काम करत. कंपनीतील सर्व अधिकाऱ्यांची सोय एका भल्यामोठ्या आवारात केलेली होती. प्रत्येकासाठी स्वतंत्र बंगला होता. त्या कॅम्पसच्या एका कोपऱ्यात आमचा बंगला होता. आमच्या बागेच्या भिंतीपलीकडेच 'ऑफिसर्स क्लब' होता. तो ब्रिटिशांच्या राज्यात बांधण्यात आलेला असल्यामुळे तिथं लागोपाठ ओळीनं उंच उंच छत असलेल्या मोठाल्या खोल्या होत्या. त्या सगळ्या एका कॉमन व्हरांड्यानं जोडण्यात आल्या होत्या. क्लबचं आवार अत्यंत रमणीय होतं. सभोवताली हिरवळीचे गालिचे, रंगीबेरंगी फुलं आणि त्या जोडीला मोठमोठे वृक्ष. प्रत्येक बंगल्याच्या पाठीमागेसुद्धा मोकळी जागा होती. प्रत्येकानं स्वतःची छोटी बाग केली होती. त्यात लोकांनी तऱ्हतऱ्हेच्या भाज्या लावल्या होत्या. त्या परिसरातली उंच उंच झाडं आणि लोकांच्या अंगणात लावण्यात आलेल्या भाज्या यांमुळे सगळीकडे तऱ्हतऱ्हेचे पक्षी दिसायचे. खारी तुरुतुरू इकडून तिकडे पळायच्या. जवळ एका अश्वत्थ वृक्षाच्या ढोलीत काही माकडांनी घर थाटलं होतं. हे विविध पक्षी आणि ती माकडं हा आमच्या रोजच्या आयुष्याचा एक अविभाज्य घटक बनला होता. एखादी खार समोरच्या झाडावर दोन्ही हातानं एखादी शेंग किंवा बोर धरून फोडून खाताना दिसली, की मला प्रचंड आश्चर्य वाटायचं. त्याचप्रमाणे शिंजीर पक्षी झाडावर कसा मुळीच न कंटाळता आपलं घरटं बनवत असतो, याचं मला खूप कुतूहल वाटायचं.

आपल्या बालपणी काही वेळा असे काही प्रसंग घडतात, जे आपल्या मनावर कोरले जातात. पुढील आयुष्यावरसुद्धा ते बराच परिणाम करून जातात. एका शनिवारी दुपारी माझ्या डोळ्यांसमोर जो प्रसंग घडला, त्याचा माझ्या मनावर फार खोलवर परिणाम झाला. ईश्वराची लीला किती अगाध आहे, याचं एक नवीन परिमाण माझ्या डोळ्यांसमोर उलगडलं.

दुर्गापूजेची शाळेला नुकतीच सुट्टी लागली होती. सणासुदीच्या दिवसांत इतर मुलांसारखा मीसुद्धा गोष्टीची चित्रमय पुस्तकं वाचण्यात रमून गेलो होतो. त्या दिवशी दुपारचं जेवणं झाल्यावर माझे आई-वडील आणि बहीण झोपले होते. मग मी छानपैकी एक रहस्यकथेचं पुस्तक दुपारची निवांत वेळ असल्यामुळे वाचू लागलो. रहस्यकथा वाचण्यासाठी अगदी पोषक वातावरण होतं. मधूनच आमच्या घरच्या मंडळींपैकी कुणीतरी घोरायला सुरुवात करायचं, कधी चिमण्यांचा चिवचिवाट सुरू व्हायचा, रस्त्यावरून गाईच्या हंबरण्याचा आवाज यायचा किंवा आकाशात झेपावणाऱ्या घारीचा कर्णकटू आवाज ऐकू यायचा आणि दुपारच्या शांततेचा भंग व्हायचा. क्षणामागून क्षण झपाट्यानं पुढे सरकत होते. मी हातातल्या पुस्तकात अगदी बुडून गेलो होतो.

इतक्यात दूरवरून रस्त्यावरच्या भटक्या कुत्र्यांच्या भुंकण्याचा आवाज आला. मी त्याकडे दुर्लक्ष केलं. सगळी कुत्री एक होऊन घोळक्यानं एखाद्या डुकराच्या पिल्लाच्या मागे लागली असतील, असा मी विचार केला. पण जरा वेळात ते भुंकणं फारच वाढलं. भरीत भर म्हणून झाडावर बसलेल्या कावळ्यांनी एकदमच कलकलाट सुरू केला. जरा वेळात सगळा कोलाहल जास्त जवळून ऐकू येऊ लागला. आता मात्र मला स्वस्थ बसवेना. हातातलं पुस्तक बाजूला ठेवून मी नक्की काय प्रकार आहे, हे बघण्यासाठी व्हरांड्याच्या दिशेनं धावलो. मी नीट निरखून पाहिलं तर क्लबहाउसच्या छतावरती काहीतरी अघटित प्रकार घडत असल्याचं माझ्या लक्षात आलं. एक अजस्र हुप्प्या माकड छतावर उभं होतं. तो बहुधा त्यांच्या टोळीचा म्होरक्या असावा. त्याच्या हातात एक छोटं माकडाचं पिलू होतं. तो अत्यंत क्रूरपणे त्या पिलाचे दातांनी चावे घेत होता. त्या पिल्लाला ठार मारण्याचा त्याचा इरादा दिसत

होता. इकडे रस्त्यावरची भटकी कुत्री त्यांच्या त्या जन्मजात शत्रूवर जीव खाऊन भुंकत उभी होती. त्याच वेळी कावळ्यांचा थवा गोल गोल घिरट्या घालत कलकलाट करत सुटला होता. त्या पिल्लाची आई असलेली माकडीण आणि त्या कळपातली इतर माकडं आजूबाजूला इमारतीच्या छतांवर भेदरून हे दृश्य बघत उभी होती. प्राण्यांच्या जगताविषयीची एक आख्यायिका मी फार पूर्वी ऐकली होती, त्यानुसार प्राण्यांच्या कळपात जर एखादं नर पिलू जन्माला आलं, तर कळपाचा म्होरक्या त्याला जिवंत राहू देत नाही.

मग मी क्षणाचाही वेळ न दवडता घरातून एक जाडजूड दंडुका घेऊन बाहेर आलो. एका हातात मोठा दगड उचलून मी तो त्या हुप्प्या माकडाच्या दिशेनं भिरकावला. तो वानर इतका संतापलेला होता की, त्यानं त्या गोष्टीची दखलसुद्धा घेतली नाही. मग मी एका मागोमाग एक बरेच दगड भिरकावण्यास सुरुवात केली. त्याबरोबर कुत्र्यांचं भुंकणंसुद्धा वाढलं.

या बदललेल्या परिस्थितीमुळे आणि दगडांच्या वर्षावामुळे भांबावलेल्या वानरानं हातातलं पिलू उतरत्या छपरावर भिरकावून दिलं. ते पिलू निर्जीव दिसत होतं. बहुधा ते जिवंतही नसावं. त्याचं निश्चल शरीर उतरत्या छपरावरून घरंगळत खाली येताना पाहून खाली जमलेली कुत्री उत्तेजित झाली. आता आपल्याला मेजवानी मिळणार या आशेनं अधिकच जोरात भुंकू लागली. मी हातातल्या दंडुक्याचा वापर करून त्या कुत्र्यांना दूर हाकललं आणि पळत छपरापाशी जाऊन त्या पिलाला शेपटीनं पकडून कसंबसं हातात झेललं. ते पिलू निर्जीव, निष्प्राण दिसत होतं. ते पिल्लू म्हणजे एक नरच होता.

एव्हाना माझे आई-वडील आणि बहीण झोपेतून उठून आमच्या घराच्या व्हरांड्यात येऊन माझं हे साहसी कृत्य एकटक बघत होते. दूरवर काही शेजारीपाजारीसुद्धा जमा झाले होते.

मी त्या माकडाच्या पिलाला घेऊन आमच्या घराच्या मागच्या अंगणात गेलो. कोंबड्यांच्या खुराड्याच्या आतल्या फरशीवर त्याला झोपवलं. त्या पिलाच्या शरीराभर ओचकारल्याच्या आणि चावल्याच्या खुणा होत्या. काही जखमांमधून रक्तसुद्धा वाहत होतं. ते पिलू अजूनही निश्चल पडून होतं. माझ्या वडिलांनी आतून पटकन प्रथमोपचाराची पेटी

आणून त्याच्या जखमा स्वच्छ करून रक्त थांबवण्यासाठी त्यावर मलमपट्टी केली. त्या पिलाचा क्षीण का होईना; पण श्वासोच्छ्वास चालू होता हे पाहून मला हायसं वाटलं.

त्या पिलाच्या अंगावर थोडं गार पाणी शिंपडताच त्याच्या शरीराची जराशी हालचाल झाली. जरा वेळात धडपडत ते उठून बसलं; पण त्याला बसलेला धक्का इतका जास्त होता, की ते वाऱ्यावर फडफडणाऱ्या पानाप्रमाणे थरथरत होतं. त्याचे छोटेसे चमकदार डोळे अश्रूंनी भरले होते. ते जरा वेळात घुसमटल्यासारखं दबत्या आवाजात हुंदके देऊन रडू लागलं. एखाद्या धक्क्यातून बाहेर येत असताना माणसाचं बाळ जसं रडेल, तसंच ते रडत होतं. मी एक केळं सोलून त्याच्यासमोर धरताच ते कापऱ्या हातांनी घेऊन ते घाबरत घाबरत खाऊ लागलं.

माझं सगळं लक्ष त्या माकडाच्या पिलाची काळजी घेण्याकडे लागून राहिलं होतं. अचानक कुणीतरी आपल्यावर नजर ठेवून असल्याची मला जाणीव झाली. मी मागे वळून वरच्या दिशेनं पाहिलं. आमच्या स्वयंपाकघराच्या छपरावर एक माकडीण बसली होती. मी जे काही करत होतो, ते सगळं ती निरखून पाहत होती. ती नक्कीच त्या पिलाची आई होती. आपल्या बाळाला इथं कुणीही कसल्याही प्रकारची इजा करत नसल्याची तिची खात्री पटली असावी.

इतक्यात आपली आई जवळच असल्याची त्या पिलाला जाणीव झाली आणि ते जोरजोरात हुंदके देऊन रडू लागलं. मग मी खुराड्याच्या दारापासून मुद्दामच थोडा दूर जाऊन त्या माकडिणीला तिच्या पिलापाशी जाण्यासाठी वाट करून दिली.

ती माकडीण तत्काळ छपरावरून उतरून खुराड्यात शिरली. तिनं त्या पिलाला उचलून पोटाशी धरलं. मग तिनं त्याची अगदी निरखून पाहून काळजीपूर्वक तपासणी केली. पुन्हा त्याला छातीशी घट्ट धरलं. त्याचबरोबर ते पिलू रडायचं थांबून शांत झालं. आई आणि बाळ काही क्षण तसेच बसून राहिले. ती आई जणूकाही विचारात पडलेली दिसत होती. आपल्या बाळावर परत कुणी हल्ला करू नये यासाठी त्याला कसं सुरक्षित ठेवता येईल, असंच तिच्या मनात असावं.

त्यानंतर तिनं मान वर करून माझ्या नजरेला नजर देत रोखून पाहिलं. तिची ती नजर मला आजही नीट आठवते. मी तिच्या बाळाला

वाचवल्याबद्दल तिला वाटत असलेली कृतज्ञता मला व्यवस्थित जाणवली. मला भरून आलं. तोंडातून आवाजसुद्धा न काढता ती मूकपणे मला धन्यवाद देत होती. आपल्या जखमी झालेल्या बाळाला पोटाशी धरून बसलेली ती एक आई होती.

त्यानंतर अचानक उठून तिनं आपल्या पिल्लाला एका हातानं घट्ट पोटाशी धरून आमच्या स्वयंपाकघराच्या छपरावर उडी मारली. तो दुष्ट हुप्प्या वानर आजूबाजूला कुठं नाही ना, हे पाहण्यासाठी तिनं सर्व परिसरावरून बारकाईनं नजर फिरवली. त्या नंतर ती घटना ज्या ठिकाणी घडली तिकडे पाठ फिरवून ती विरुद्ध दिशेला निघून गेली.

ती माकडीण आणि तिचं पिल्लू यांच्याशी अनपेक्षितपणे झालेल्या गाठीभेटीनंतर माझी एक खात्री पटली, की माणसात आणि इतर प्राणिमात्रांमध्ये भाषेशिवायसुद्धा संवाद घडून येऊ शकतो. त्यांचा एकमेकांवर विश्वास बसू शकतो. आणि या विश्वासाला जर योग्य खतपाणी मिळालं, तर त्यांच्यात एक आगळंवेगळं नातं जुळून येऊ शकतं. त्या माकडिणीनं मला हेच दाखवून दिलं, की माणसाकडे प्राण्यांच्या जवळ जाऊन त्यांचा विश्वास प्राप्त करून घेण्याचं अन्न हे काही एकमेव साधन नव्हे. विश्वास, दयाबुद्धी आणि एकमेकांमधील सुसंवाद या मार्गानंसुद्धा हे नातं प्रस्थापित होऊ शकतं.

या प्रसंगानंतर जेव्हा मला ही जाणीव झाली, त्यानंतर मी माझ्या संकुचित जगामधून बाहेर आलो आणि भोवतालच्या चराचर सृष्टीमध्ये आनंद शोधू लागलो. मग ते बागेतल्या कुंडीमधलं इवलंसं लाजाळूचं झाड असो, एखादं सापाचं छोटंसं पिल्लू असो, नाहीतर अळ्या, किडे आणि खाद्य शोधत झाडाझुडपांत नाचणारा चिमुकला पक्षी असो.

या घटनेलासुद्धा आता पंचावन्न वर्षं लोटली आहेत. मीच आता सत्तर वर्षांचा आहे. पण अजूनही या आगळ्यावेगळ्या भेटीगाठीची आठवण माझ्या मनात तेवढीच ताजी आहे.

**– तपन मुखर्जी**

❖

# आयुष्याचे धडे गिरवताना

मूळ लेखिका : **सुधा मूर्ती** । अनुवाद : **लीना सोहोनी**

आयुष्याच्या प्रवासात आपल्याला विविध प्रकारच्या व्यक्ती भेटतात, अनेक घटना-प्रसंगांना सामोरे जावे लागते. त्यातून वेगवेगळे अनुभव येतात. त्यातले काही अनुभव चांगले असतात, काही घटना वाईट. काही सुखकारक असतात, तर काही दु:खदायक. काही व्यक्ती चमत्कारिक असतात, तर काही अनुभव मन थक्क करणारे....

हे अनुभव, या व्यक्ती आपल्याला बरेच काही शिकवून जातात. आपले आयुष्य विविध अंगांनी संपन्न करतात; परिपक्व बनवतात.

या संग्रहात सुधा मूर्ती यांनी या अनुभवांना आणि व्यक्तिरेखांना कथारूप दिले आहे. या कथा जशा सुधा मूर्ती यांच्या आहेत, तशा त्या तुमच्या-आमच्या आहेत; विलक्षण चमत्कृतींनी भरलेल्या, गुंतागुंतीच्या जीवनाविषयीच्या आहेत.

सहजसोप्या कथनशैलीतून उलगडत जाणाऱ्या या कथा 'आयुष्याचे धडे' देतात; अंतर्मुख करतात.

१५३

# सामान्यांतले असामान्य

**सुधा मूर्ती**

अनुवाद

**उमा कुलकर्णी**

सुधा मूर्ती यांचं नर्मविनोदी शैलीतलं
वैशिष्ट्यपूर्ण पुस्तक मराठीत!
उत्तर कर्नाटकातल्या या सर्व माणसांना
स्वत:चं असं खास व्यक्तित्व आहे.
तसेच ते सगळे इथल्या वैशिष्ट्यपूर्ण
संस्कृतीचा भागही आहेत.
यातील सर्व कथा म्हणजे टपोऱ्या, सुगंधी मोगऱ्याच्या फुलांचा गजरा,
अस्सल कर्नाटकी गोफात गुंफलेला!
या 'सर्वसाधारण' माणसांमध्ये जाणवणारं 'असामान्यत्व' लेखिकेच्या स्वभावातली
ऋजुता अधोरेखित करतं.